MULA TALULOT SA PLATO: KAPANGYARIHAN NG BULAKLAK ENENSALADAA

Mamulaklak sa Kalusugan na may Koleksyon ng 100 Masustansya at Masarap na Paglikha ng Ensalada

Margarita Blanco

Copyright Material ©2024

Lahat ng Karapatan ay Nakalaan

Walang bahagi ng aklat na isa ang maaaring gamitin o ipadala sa anumang anyo o sa anumang paraan nang walang wassang nakasulat na pahintulot ng publisher at may-ari ng copyright, maliban sa mga maikling sipi na ginamit sa isang pagsusuri. Ang aklat na isa ay hindi dapat ituring na kapalit ng medikal, legal, o iba pang propesyonal na payo.

TALAAN NG MGA NILALAMAN

TALAAN NG MGA NILALAMAN 3
PANIMULA 6
LAVENDER ENENSALADAA 8
   1. Lavender Melokoton at Burrata Ensalada 9
   2. Mga paruparo na may Gulay at Lavender 11
   3. Lavender Pulot manok Ensalada 13
   4. Lavender Limon Quinoa Ensalada 15
   5. Lavender Melokoton Ensalada na may Keso ng kambing 17
   6. Lavender Asul na baya KangkongEnsalada 19
   7. Lavender Baya Ensalada na may Buto ng poppy pagbibihis 21
   8. Ensalada na Inihaw na Gulay ng Lavender 23
   9. Lavender Citrus Ensalada na may Hipon 25
   10. Lavender Peras at Walnut Ensalada 27
   11. Lavender Samasa Mozzarella Ensalada 29
   12. Lavender Inihaw na GulayEnsalada 31
   13. Lavender Manok at Baya Ensalada 33
   14. Lavender Orange Manok Ensalada 35
   15. Lavender Keso ng kambing at Beet Ensalada 37
   16. Quinoa Ensalada na may Feta at Cranberries 39
   17. Lavender Inihaw Potasa Ensalada 41
ROSAS ENENSALADAA 43
   18. Tag-init Baya at Rosas Ensalada 44
   19. Rosas ng TaglamigTalulot Ensalada na may Orange Vinaigrette 46
   20. Asul na baya at Rosas Talulot Ensalada 49
   21. Hardin Pea at Rosas Talulot Ensalada 51
   22. Magandang Bulaklak Ensalada na may Rosas Vinaigrette 53
   23. Inihaw Salmon Ensalada na may Rosé Vinaigrette 55
   24. Pakwan at Rosas Talulot Ensalada 57
   25. Pipino at Rosas Talulot Ensalada 59
   26. Quinoa at Rosas Talulot Ensalada 61
   27. Inihaw na Beet at Rosas Ensalada 63
   28. Inihaw na Melokoton at Rosas Ensalada 65
   29. Mediterranean Rosas Ensalada 67
   30. Inihaw na Beet at Rosas Ensalada 69
   31. Fig at Rosas Ensalada 71
   32. Citrus at Rosas Ensalada 73
   33. Peras at Rosas Ensalada 75
HIBISCUS ENENSALADAA 77

34. Hibiscus Quinoa Ensalada 78
35. Hibiscus at Keso ng kambing Ensalada 80
36. Hibiscus Citrus Ensalada 82
37. Hibiscus Avocado Ensalada 84
38. Hibiscus Beet Ensalada 86

NASTURTIUMS ENENSALADAA 88
39. Nasturtium at ensalada ng ubas 89
40. Potasa at nasturtium ensalada 91
41. Nasturtium Hipon Appetizer Ensalada 93
42. Nasturtium at Strawbaya Ensalada 95
43. Nasturtium at Avocado Ensalada 97
44. Nasturtium at Beet Ensalada 99
45. Nasturtium at Manok Ensalada 101

DANDELION ENENSALADAA 103
46. Dandelion at chorizo ensalada 104
47. Dandelion Ensalada na may Açaí Baya Nagbibihis 106
48. Dandelion at chorizo ensalada 108
49. Dandelion Ensalada 110
50. Inihaw na Pattypan Squash Ensalada 112
51. Samasa, Kalabasa at Dandelion Ensalada Jar 115
52. Chickpeas, Samasa at Peppers Ensalada sa isang Jar 117
53. Beet Berdes, Karota, Beet at Seresa Samasaes Ensalada 119
54. Kamatis, Manok, Pipino, Dandelion Ensalada sa isang Jar 121
55. Couscous, Manok at Dandelion Ensalada 123
56. Dandelion Pasta Ensalada 125
57. Nalantang Dandelion Berdes na may Bacon 127

PRIMROSAS ENENSALADAA 129
58. Tag-init ensalada na may safu at PrimRosas 130
59. PrimRosas at Citrus Ensalada 132
60. PrimRosas at Strawbaya Ensalada 134
61. PrimRosas at Quinoa Ensalada 136
62. PrimRosas at Manok Ensalada 138

BORAGE ENENSALADAA 140
63. Borage At Mga Pipino Sa Sour Krema 141
64. Borage at Strawbaya Ensalada 143
65. Borage at Avocado Ensalada 145
66. Borage at Citrus Ensalada 147
67. Couscous at Borage Herb Ensalada 149
68. Pasta na may Ricotta, Borage, at Berde Sitaw 152

CHRYSANTHEMUMS ENENSALADAA 155
69. Pulang repolyo na may chrysanthemum s 156
70. Chrysanthemum at Mandarin Ensalada 158
71. Chrysanthemum at Quinoa Ensalada 160

72. CHRYSANTHEMUM AT MANOK ENSALADA 162

VIOLAS AT PANSY ENENSALADAA **164**

73. ASPARAGUS PANSY ENSALADA 165
74. PANSY ARUGULA ENSALADA 167
75. VIOLA AT MIXED BERDES ENSALADA 169
76. VIOLA AT CITRUS ENSALADA 171
77. VIOLA AT KESO NG KAMBING ENSALADA 173
78. BERDE ENSALADA NA MAY NAKAKAIN NA BULAKLAK 175

MICROBERDES AT UMUSBONGS ENSALADA S **177**

79. SQUASH, MICROBERDES AT QUINOA ENSALADA 178
80. TAGSIBOL MICROBERDES ENSALADA 180
81. BAHAGHARI ENSALADA 182
82. MAPAIT NA ENSALADA 184
83. LIGAW NA BIGASAT MICROBERDE ENSALADA 186
84. MICROBERDES AT NIYEBE GISANTESENSALADA 188
85. SUNBULAKLAK UMUSBONG ENSALADA 190
86. CASHEW KREMA SITAW MANGKOK 192
87. MANGO, BROCCOLI AT STRAWBAYA ENSALADA 194
88. LABANOS AT UMUSBONG ENSALADA 196
89. MIXED MICROBERDES ENSALADA 198
90. PAKWAN NA MAY MICROBERDES ENSALADA 200
91. MICROBERDE TAGSIBOL ENSALADA 202
92. MICROBERDES AT RADISH ENSALADA 204
93. BAYA AT ARUGULA ENSALADA 206
94. STRAWBAYA MICROBERDE ENSALADA 208
95. MICROBERDE QUINOA ENSALADA 210
96. BAHAGHARI BEET AT PISTACHIO ENSALADA 212
97. MGA GULAY AT FARRO 214
98. QUINOA ARUGULA ENSALADA 216
99. MIXED BERDE ENSALADA NA MAY BEETS 218
100. BRUSSELS UMUSBONG ENSALADA 220

KONGKLUSYON **223**

PANIMULA

Maligayang pagdating sa "Mula sa Talulot sa Plato: Kapangyarihan ng bulaklak Enensaladaa," kung saan inaanyayahan ka naming magsimula sa isang paglalakbay upang mamulaklak sa kalusugan na may koleksyon ng 100 pampalusog at masasarap na likha ng ensalada na nagdiriwang ng kagandahan at lasa ng mga nakakain na bulaklak. Ang mga bulaklak, kasama ang kanilang makulay na mga kulay at pinong lasa, ay matagal nang itinatangi bilang parehong culinary delight at simbolo ng sigla. Sa aklat ng pagluluto na isa, ginagamit namin ang kapangyarihan ng mga bulaklak upang lumikha ng makulay at masustansiyang mga ensalada na nagpapalusog sa katawan at nagpapasaya sa pakiramdam.

Sa aklat ng pagluluto na isa, matutuklasan mo ang iba't ibang hanay ng mga recipe ng ensalada na nagpapakita ng kagandahan at versatility ng mga nakakain na bulaklak. Mula sa mga nakakapreskong tag-init ensalada na puno ng mga pana-panahong pamumulaklak hanggang sa masaganang mga mangkok ng butil na pinalamutian ng mga pinong talulots, ang bawat recipe ay ginawa upang ipagdiwang ang natural na bounty ng hardin at iangat ang hamak na ensalada sa bagong taas ng lasa at kagandahan.

Ang pinagkaiba ng "Mula sa Talulot sa Plato: Kapangyarihan ng bulaklak Enensaladaa" ay ang pagbibigay-diin nisa sa kalusugan at kagalingan. Ang bawat recipe ay maingat na na-curate upang magbigay ng balanse ng mga sustansya at lasa, na nagsasama ng iba't ibang sariwang gulay, prutas, butil, protina, at siyempre, mga nakakain na bulaklak. Naghahanap ka man na palakasin ang iyong paggamit ng mga bitamina at mineral, magdagdag ng higit pang kulay at pagkakaiba-iba sa iyong diyeta, o mag-enjoy lamang ng masarap at kasiya-siyang pagkain, nag-aalok ang mga ensalada na isa ng pampalusog at masarap na opsyon para sa bawat okasyon.

Sa buong aklat ng pagluluto na isa, makakahanap ka ng mga praktikal na tip para sa pagpili, pag-iimbak, at paghahanda ng mga nakakain na bulaklak, pati na rin ang nakamamanghang phosagraphy upang magbigay ng inspirasyon sa iyong mga culinary creation. Naghahanda ka man ng simpleng side ensalada para sa isang weeknight dinner o nagho-host ng isang maligayang pagtitipon kasama ang mga kaibigan, ang "Mula sa Talulot sa Plato: Kapangyarihan ng bulaklak Enensaladaa" ay nag-aalok ng masaganang masarap at masustansyang recipe na angkop sa bawat panlasa at kagustuhan.

LAVENDER ENENSALADAA

1. Lavender Melokoton at Burrata Ensalada

MGA INGREDIENTS:
- 2 hinog na mga milokosan, hiniwa
- 8 ounces burrata keso
- 4 na tasang baby arugula
- 1/4 tasa tinadtad na pistachios, saasted
- 2 kutsarang puting balsamic vinegar
- 1 kutsarang pulot
- 1 kutsarita tuyo culinary lavender
- 3 kutsarang extra virgin olive oil
- Asin at paminta para lumasa

MGA TAGUBILIN:
a) Sa isang maliit na mangkok, haluin ang puting balsamic vinegar, pulot, pinatuyong lavender, langis ng oliba, asin, at paminta upang gawin ang sarsa.
b) Ayusin ang baby arugula sa isang serving platter. Ibabaw na may hiniwang mga milokosan at punit na piraso ng burrata keso.
c) Ibuhos ang Nagbibihis sa ensalada. Budburan ng saasted pistachios. Ihain kaagad.

2.Mga paruparo na may Gulay at Lavender

MGA INGREDIENTS:
- ½ libra ng pasta, tulad ng Mga paruparo, orecchiette, o gemelli
- 2 o 3 cloves ng bawang, hiniwang manipis o dinurog
- 2 zucchini o tag-init squash, pinusal
- 2 karot, binalatan at pinusal
- 1 kampanilya paminta, cored
- 3 kutsarang extra virgin olive oil
- 1 kutsarita ng sariwa o pinatuyong mga bulaklak ng lavender, dagdag pa para sa dekorasyon
- Asin at sariwang giniling na itim na paminta

MGA TAGUBILIN:

a) Pakuluan ang isang palayok ng tubig at asin isa. Idagdag ang pasta at lutuin hanggang al dente.
b) Samantala, hiwain ng manipis ang mga gulay, gamit ang food processor, mandolin, o kutsilyo.
c) Ibuhos ang langis ng oliba sa isang hindi pinainit na kawali at idagdag ang bawang.
d) Lutuin ang bawang hanggang sa magsimula isang maging ginintuang, paminsan-minsang pagpapakilos.
e) Kapag ang bawang ay naging ginintuang, ilagay ang mga gulay. Budburan ng asin at paminta at idagdag ang lavender, durugin ang mga bulaklak sa iyong mga daliri upang palabasin ang kanilang halimuyak.
f) Maglusa, paminsan-minsang pagpapakilos, hanggang sa halos lumambot ang mga gulay, mga 5 minusa lang o higit pa.
g) Sana, ang pasta ay halos tapos na tulad ng mga gulay ay halos tapos na.
h) Alisan ng tubig ang pasta, magreserba ng tubig para sa paglulusa.
i) Magdagdag ng pasta sa mga gulay at magpatuloy sa paglulusa, pagdaragdag ng tubig kung kinakailangan upang panatilihing basa ang pinaghalong.
j) Kapag ang pasta at gulay ay malambot ngunit hindi malambot, ayusin ang pampalasa para sa asin at paminta.
k) Palamutihan ng ilang bulaklak ng lavender.

3.Lavender Pulot manok Ensalada

MGA INGREDIENTS:
- 2 walang busa, walang balat na dibdib ng manok
- 6 tasa ng halo-halong gulay
- 1 tasa ng seresa samasaes, hatiin
- 1/2 tasa hiniwang pipino
- 1/4 tasa crumbled feta keso
- 1/4 tasa saasted almonds
- 2 kutsarang langis ng oliba
- 1 kutsarang apple cider vinegar
- 1 kutsarang pulot
- 1 kutsarita tuyo culinary lavender
- Asin at paminta para lumasa

MGA TAGUBILIN:

a) Painitin muna ang oven sa 375°F (190°C). Timplahan ng asin, paminta, at tuyong lavender ang mga dibdib ng manok. Maghurno ng 20-25 minusa o hanggang malusa. Hayaang lumamig, pagkatapos ay hiwain ng manipis.

b) Sa isang maliit na mangkok, haluin ang langis ng oliba, apple cider vinegar, pulot, at isang kurot ng tuyo na lavender para gawin ang Nagbibihis.

c) Sa isang malaking mangkok, pagsamahin ang pinaghalong gulay, seresa samasaes, hiniwang pipino, crumbled feta keso, at saasted almonds.

d) Ilagay ang hiniwang manok sa ibabaw ng ensalada. Pahiran ng lavender honey Nagbibihis. Ihagis nang dahan-dahan upang mabalot at ihain.

4. Lavender Limon Quinoa Ensalada

MGA INGREDIENTS:
- 1 tasa ng quinoa, nilusa at pinalamig
- 1/2 tasa ng nilusang chickpeas
- 1/2 tasa diced cucumber
- 1/4 tasa tinadtad na sariwang perehil
- 1/4 tasa crumbled feta keso
- Sarap ng 1 limon
- Juice ng 1 limon
- 2 kutsarang langis ng oliba
- 1 kutsarita tuyo culinary lavender
- Asin at paminta para lumasa

MGA TAGUBILIN:

a) Sa isang malaking mangkok, pagsamahin ang nilusang quinoa, chickpeas, diced cucumber, tinadtad na parsley, crumbled feta keso, at limon zest.

b) Sa isang maliit na mangkok, haluin ang limon juice, langis ng oliba, tuyo na lavender, asin, at paminta upang gawin ang Nagbibihis.

c) Ibuhos ang Nagbibihis sa quinoa ensalada at ihagis nang dahan-dahan upang mabalot. Ihain nang malamig o sa temperatura ng kuwarsa.

5. Lavender Melokoton Ensalada na may Keso ng kambing

MGA INGREDIENTS:
- 2 hinog na mga milokosan, hiniwa
- 4 tasang arugula
- 1/4 tasa crumbled keso ng kambing
- 1/4 tasa saasted pecans
- 2 kutsarang balsamic vinegar
- 1 kutsarang pulot
- 1 kutsarita tuyo culinary lavender
- 2 kutsarang extra virgin olive oil
- Asin at paminta para lumasa

MGA TAGUBILIN:
a) Sa isang maliit na mangkok, haluin ang balsamic vinegar, honey, tuyo na lavender, langis ng oliba, asin, at paminta upang gawin ang Nagbibihis.
b) Sa isang malaking mangkok, pagsamahin ang hiniwang melokoton, arugula, crumbled keso ng kambing, at saasted pecans.
c) Ibuhos ang Nagbibihis sa ibabaw ng ensalada at ihagis nang dahan-dahan upang mabalot. Ihain kaagad.

6.Lavender Asul na baya KangkongEnsalada

MGA INGREDIENTS:
- 4 na tasang baby spinach
- 1 tasang sariwang blueberries
- 1/4 tasa crumbled feta keso
- 1/4 tasa hiniwang almond, saasted
- 2 kutsarang puting alak na suka
- 1 kutsarang pulot
- 1 kutsarita tuyo culinary lavender
- 3 kutsarang extra virgin olive oil
- Asin at paminta para lumasa

MGA TAGUBILIN:

a) Sa isang maliit na mangkok, haluin ang white wine vinegar, honey, dried lavender, olive oil, asin, at paminta para gawin ang Nagbibihis.

b) Sa isang malaking mangkok, pagsamahin ang baby spinach, sariwang blueberries, crumbled feta keso, at saasted almonds.

c) Ibuhos ang Nagbibihis sa ibabaw ng ensalada at ihagis nang dahan-dahan upang mabalot. Ihain kaagad.

7. Lavender Baya Ensalada na may Buto ng poppy pagbibihis

MGA INGREDIENTS:
- 6 tasa ng halo-halong gulay
- 1 tasang sariwang strawbaya, hiniwa
- 1/2 tasa sariwang blueberries
- 1/2 tasa ng sariwang raspbaya
- 1/4 tasa crumbled keso ng kambing
- 1/4 tasa hiniwang almond, saasted
- 2 kutsarang limon juice
- 1 kutsarita ng limon zest
- 1 kutsarang pulot
- 1 kutsarita tuyo culinary lavender
- 1 kutsarang busa ng poppy
- 3 kutsarang extra virgin olive oil
- Asin at paminta para lumasa

MGA TAGUBILIN:
a) Sa isang maliit na mangkok, haluin ang limon juice, limon zest, honey, dried lavender, poppy seeds, olive oil, asin, at paminta para gawin ang Nagbibihis.
b) Sa isang malaking mangkok, pagsamahin ang pinaghalong gulay, hiniwang strawbaya, blueberries, raspbaya, crumbled keso ng kambing, at saasted almonds.
c) Ibuhos ang Nagbibihis sa ibabaw ng ensalada at ihagis nang dahan-dahan upang mabalot. Ihain kaagad.

8.Ensalada na Inihaw na Gulay ng Lavender

MGA INGREDIENTS:
- 2 zucchini, hiniwa nang pahaba
- 1 pulang kampanilya paminta, quartered
- 1 dilaw na kampanilya paminta, quartered
- 1 pulang sibuyas, hiniwa sa bilog
- 1 kutsarang langis ng oliba
- 1 kutsarita tuyo culinary lavender
- Asin at paminta para lumasa
- 4 na tasa ng halo-halong gulay
- 1/4 tasa crumbled feta keso
- 2 kutsarang balsamic vinegar
- 1 kutsarang pulot
- 3 kutsarang extra virgin olive oil

MGA TAGUBILIN:
a) Painitin muna ang grill sa medium-high heat. I-brush ang zucchini, bell peppers, at pulang sibuyas na may langis ng oliba. Budburan ng tuyo na lavender, asin, at paminta.
b) Ihawin ang mga gulay hanggang malambot at bahagyang masunog, mga 4-5 minusa bawat panig para sa zucchini at peppers, at 2-3 minusa bawat panig para sa sibuyas.
c) Alisin ang mga inihaw na gulay sa grill at hayaang lumamig nang bahagya. Gupitin sa mga piraso na kasing laki ng kagat.
d) Sa isang maliit na mangkok, haluin ang balsamic vinegar, honey, at extra virgin olive oil para gawin ang Nagbibihis.
e) Sa isang malaking mangkok, pagsamahin ang pinaghalong gulay, inihaw na gulay, at durog na feta keso. Ibuhos ang Nagbibihis at ihagis nang dahan-dahan upang mabalot. Ihain nang mainit o sa temperatura ng kuwarsa.

9.Lavender Citrus Ensalada na may Hipon

MGA INGREDIENTS:
- 1 lb na hipon, binalatan at hiniwa
- 1 kutsarang langis ng oliba
- 1 kutsarita tuyo culinary lavender
- Asin at paminta para lumasa
- 6 tasa ng halo-halong gulay
- 1 orange, naka-segment
- 1 grapefruit, naka-segment
- 1/4 tasa hiniwang pulang sibuyas
- 1/4 tasa crumbled feta keso
- 2 kutsarang orange juice
- 1 kutsarang limon juice
- 1 kutsarang pulot
- 3 kutsarang extra virgin olive oil

MGA TAGUBILIN:
a) Init ang langis ng oliba sa isang kawali sa katamtamang init. Timplahan ng pinatuyong lavender, asin, at paminta ang hipon. Maglusa ng hipon hanggang sa kulay rosas at malabo, mga 2-3 minuso bawat panig. Alisin sa init at itabi.
b) Sa isang maliit na mangkok, haluin ang orange juice, limon juice, honey, at extra virgin olive oil para gawin ang Nagbibihis.
c) Sa isang malaking mangkok, pagsamahin ang pinaghalong gulay, orange na segment, grapefruit segment, hiniwang pulang sibuyas, at crumbled feta keso.
d) Idagdag ang nilusang hipon sa ensalada. Ibuhos ang Nagbibihis at ihagis nang dahan-dahan upang mabalot. Ihain kaagad.

10. Lavender Peras at Walnut Ensalada

MGA INGREDIENTS:
- 4 na tasa ng halo-halong gulay
- 2 hinog na peras, hiniwa nang manipis
- 1/2 tasa ng mga walnuts, saasted at tinadtad
- 1/4 tasa ng crumbled blue keso
- 2 kutsarang puting alak na suka
- 1 kutsarang pulot
- 1 kutsarita tuyo culinary lavender
- 3 kutsarang extra virgin olive oil
- Asin at paminta para lumasa

MGA TAGUBILIN:
a) Sa isang maliit na mangkok, haluin ang white wine vinegar, honey, dried lavender, olive oil, asin, at paminta para gawin ang Nagbibihis.
b) Sa isang malaking mangkok, pagsamahin ang pinaghalong gulay, hiniwang peras, saasted walnut, at durog na asul na keso.
c) Ibuhos ang Nagbibihis sa ibabaw ng ensalada at ihagis nang dahan-dahan upang mabalot. Ihain kaagad.

11. Lavender Samasa Mozzarella Ensalada

MGA INGREDIENTS:
- 2 tasang seresa samasaes, hinati
- 8 ounces sariwang mozzarella keso, diced
- 1/4 tasa sariwang dahon ng basil, pinunit
- 2 kutsarang balsamic vinegar
- 1 kutsarang pulot
- 1 kutsarita tuyo culinary lavender
- 3 kutsarang extra virgin olive oil
- Asin at paminta para lumasa

MGA TAGUBILIN:
a) Sa isang maliit na mangkok, haluin ang balsamic vinegar, honey, tuyo na lavender, langis ng oliba, asin, at paminta upang gawin ang Nagbibihis.
b) Sa isang malaking mangkok, pagsamahin ang seresa samasaes, diced mozzarella keso, at punit na dahon ng basil.
c) Ibuhos ang Nagbibihis sa ibabaw ng ensalada at ihagis nang dahan-dahan upang mabalot. Ihain kaagad.

12. Lavender Inihaw na Gulay Ensalada

MGA INGREDIENTS:
- 2 tasang cubed butternut squash
- 2 tasa Brussels umusbongs, hinati
- 1 pulang sibuyas, hiniwa
- 2 kutsarang langis ng oliba
- 1 kutsarita tuyo culinary lavender
- Asin at paminta para lumasa
- 4 na tasang baby spinach
- 1/4 tasa ng pinatuyong cranbaya
- 1/4 tasa crumbled keso ng kambing
- 2 kutsarang balsamic vinegar
- 1 kutsarang pulot
- 3 kutsarang extra virgin olive oil

MGA TAGUBILIN:

a) Painitin muna ang oven sa 400°F (200°C). Ilagay ang butternut squash, Brussels umusbongs, at pulang sibuyas sa isang baking sheet. Magpahid ng langis ng oliba, budburan ng tuyo na lavender, asin, at paminta. Inihaw sa loob ng 25-30 minusa, hanggang ang mga gulay ay malambot at bahagyang caramelized. Hayaang lumamig.

b) Sa isang maliit na mangkok, haluin ang balsamic vinegar, honey, at olive oil para gawin ang Nagbibihis.

c) Sa isang malaking mangkok, pagsamahin ang mga inihaw na gulay, baby spinach, pinatuyong cranbaya, at crumbled keso ng kambing. Pahiran ng Nagbibihis at dahan-dahang ihagis upang mabalot. Ihain kaagad.

13. Lavender Manok at Baya Ensalada

MGA INGREDIENTS:
- 2 walang busa, walang balat na dibdib ng manok
- 1 kutsarang langis ng oliba
- 1 kutsarita tuyo culinary lavender
- Asin at paminta para lumasa
- 6 tasa ng halo-halong gulay
- 1 tasang sariwang strawbaya, hiniwa
- 1/2 tasa sariwang blueberries
- 1/4 tasa hiniwang almond, saasted
- 2 kutsarang raspbaya vinegar
- 1 kutsarang pulot
- 3 kutsarang extra virgin olive oil

MGA TAGUBILIN:

a) Init ang langis ng oliba sa isang kawali sa katamtamang init. Timplahan ng pinatuyong lavender, asin, at paminta ang mga dibdib ng manok. Lutuin hanggang kayumanggi at malusa, mga 6-7 minusa bawat panig. Hayaang lumamig, pagkatapos ay hiwain ng manipis.

b) Sa isang maliit na mangkok, haluin ang raspbaya vinegar, honey, at olive oil para gawin ang Nagbibihis.

c) Sa isang malaking mangkok, pagsamahin ang mga pinaghalong gulay, hiniwang strawbaya, blueberries, at saasted almond. Ilagay ang hiniwang manok sa ibabaw. Pahiran ng Nagbibihis at dahan-dahang ihagis upang mabalot. Ihain kaagad.

14. Lavender Orange Manok Ensalada

MGA INGREDIENTS:
- 2 walang busa, walang balat na dibdib ng manok
- 1 kutsarang langis ng oliba
- 1 kutsarita tuyo culinary lavender
- Asin at paminta para lumasa
- 6 tasa ng halo-halong gulay
- 2 dalandan, naka-segment
- 1/4 tasa ng pinatuyong cranbaya
- 1/4 tasa hiniwang almond, saasted
- 2 kutsarang orange juice
- 1 kutsarang pulot
- 1 kutsarita ng Dijon mustard
- 3 kutsarang extra virgin olive oil

MGA TAGUBILIN:

a) Init ang langis ng oliba sa isang kawali sa katamtamang init. Timplahan ng pinatuyong lavender, asin, at paminta ang mga dibdib ng manok. Lutuin hanggang kayumanggi at malusa, mga 6-7 minusa bawat panig. Hayaang lumamig, pagkatapos ay hiwain ng manipis.

b) Sa isang maliit na mangkok, haluin ang orange juice, honey, Dijon mustard, at langis ng oliba upang gawin ang Nagbibihis.

c) Sa isang malaking mangkok, pagsamahin ang mga pinaghalong gulay, mga segment ng orange, pinatuyong cranbaya, at mga saasted almond. Ilagay ang hiniwang manok sa ibabaw. Pahiran ng Nagbibihis at dahan-dahang ihagis upang mabalot. Ihain kaagad.

15. Lavender Keso ng kambing at Beet Ensalada

MGA INGREDIENTS:
- 4 medium beets, nilusa, binalatan, at hiniwa
- 4 na tasang baby spinach
- 1/4 tasa crumbled keso ng kambing
- 1/4 tasa tinadtad na mga walnuts, saasted
- 2 kutsarang balsamic vinegar
- 1 kutsarang pulot
- 1 kutsarita tuyo culinary lavender
- 3 kutsarang extra virgin olive oil
- Asin at paminta para lumasa

MGA TAGUBILIN:

a) Sa isang maliit na mangkok, haluin ang balsamic vinegar, honey, tuyo na lavender, langis ng oliba, asin, at paminta upang gawin ang Nagbibihis.

b) Sa isang malaking mangkok, pagsamahin ang mga hiniwang beet, baby spinach, crumbled keso ng kambing, at saasted walnuts.

c) Pahiran ng Nagbibihis at dahan-dahang ihagis upang mabalot. Ihain kaagad.

16.Quinoa Ensalada na may Feta at Cranberries

MGA INGREDIENTS:
- 1 tasa ng quinoa, nilusa at pinalamig
- 1/4 tasa ng pinatuyong cranbaya
- 1/4 tasa crumbled feta keso
- 1/4 tasa tinadtad na sariwang perehil
- 2 kutsarang limon juice
- 1 kutsarang pulot
- 1 kutsarita tuyo culinary lavender
- 3 kutsarang extra virgin olive oil
- Asin at paminta para lumasa

MGA TAGUBILIN:
a) Sa isang maliit na mangkok, haluin ang limon juice, honey, tuyo na lavender, langis ng oliba, asin, at paminta upang gawin ang Nagbibihis.
b) Sa isang malaking mangkok, pagsamahin ang lusang quinoa, pinatuyong cranbaya, crumbled feta keso, at tinadtad na perehil.
c) Pahiran ng Nagbibihis at dahan-dahang ihagis upang mabalot. Ihain nang malamig o sa temperatura ng kuwarsa.

17. Lavender Inihaw Potasa Ensalada

MGA INGREDIENTS:
- 1 1/2 lbs baby patatas, hinati
- 2 kutsarang langis ng oliba
- 1 kutsarita tuyo culinary lavender
- Asin at paminta para lumasa
- 4 tasang arugula
- 1/4 tasa ng crumbled blue keso
- 2 kutsarang red wine vinegar
- 1 kutsarang pulot
- 3 kutsarang extra virgin olive oil

MGA TAGUBILIN:

a) Painitin muna ang oven sa 400°F (200°C). Ihagis ang kalahating sanggol na patatas na may langis ng oliba, pinatuyong lavender, asin, at paminta. Inihaw para sa 25-30 minusa hanggang malambot at ginintuang kayumanggi.

b) Sa isang maliit na mangkok, haluin ang suka ng red wine, honey, at olive oil para gawin ang Nagbibihis.

c) Sa isang malaking mangkok, pagsamahin ang inihaw na patatas, arugula, at durog na asul na keso. Pahiran ng Nagbibihis at dahan-dahang ihagis upang mabalot. Ihain nang mainit o sa temperatura ng kuwarsa.

ROSAS ENENSALADAA

18.Tag-init Baya at Rosas Ensalada

MGA INGREDIENTS:
- 2 tasang pinaghalong ensalada berdes
- 1 tasang sariwang strawbaya, hiniwa
- 1 tasang sariwang raspbaya
- 1/2 tasa sariwang blueberries
- 1/4 tasa tinadtad na pecans
- 2 kutsarang tinadtad na sariwang dahon ng mint
- 2 kutsarang tinadtad na sariwang talulots ng rosas
- 2 kutsarang raspbaya vinegar
- 1 kutsarang pulot
- Asin at paminta para lumasa

MGA TAGUBILIN:

a) Sa isang maliit na mangkok, haluin ang raspbaya vinegar, honey, asin, at paminta upang gawin ang Nagbibihis.

b) Sa isang malaking mixing mangkok, pagsamahin ang pinaghalong ensalada berde, hiniwang strawbaya, raspbaya, blueberries, tinadtad na pecan, tinadtad na dahon ng mint, at tinadtad na mga talulots ng rosas.

c) Ibuhos ang Nagbibihis sa ibabaw ng ensalada at ihagis nang dahan-dahan upang mabalot.

d) Ihain kaagad.

19. Rosas ng TaglamigTalulot Ensalada na may Orange Vinaigrette

MGA INGREDIENTS:
ORANGE VINAIGRETTE:
- 1/4 tasa ng sariwang kinatas na orange juice
- 1 kutsarita ng orange zest
- 2 kutsarang balsamic vinegar
- 1/4 tasa ng langis ng oliba
- 2 kutsarang pulot (o maple syrup para sa vegan)
- 1 kutsarita ng black sesame seeds
- 1 kutsarita ng poppy seeds
- 1/2 kutsarita ng asin
- 1/2 kutsarita ng Rosasmary
- 1/4 kutsarita ng paminta

ENSALADA
- Mga talulot mula sa 4 na malalaking rosas, hinugasan at pinunit
- 4 na tasang sariwang berdeng dahon ng litsugas, ginutay-gutay
- 1 katamtamang hinog na avocado, hiniwa
- 1 malaking gala apple, ubod at hiniwa
- 1/2 tasa ng pinatuyong cranbaya
- 1/4 tasa ng granada aril
- 1/4 tasa ng mga walnut, halos tinadtad
- 1/4 tasa ng hiniwang almendras

MGA TAGUBILIN:

a) Para sa Orange Vinaigrette: Sa isang garapon na may mahigpit na takip, pagsamahin ang sariwang kinatas na orange juice, orange zest, balsamic vinegar, olive oil, honey (o maple syrup), black sesame seeds, poppy seeds, asin, Rosasmary, at paminta. .

b) Iling mabuti para pagsamahin. Kung hindi agad gagamitin, iimbak sa refrigerasar ng hanggang 1 linggo. Iling mabuti bago ihain.

c) Para sa Ensalada: Sa isang malaking mangkok, pagsama-samahin ang punit-punit na mga talulot ng rosas, ginutay-gutay na berdeng lettuce, hiniwang abukado, hiniwang gala apple, pinatuyong cranbaya, pomegranate aril, walnut, at hiwa na mga almendras.

d) Ibuhos ang nais na dami ng orange na vinaigrette sa ibabaw ng ensalada at dahan-dahang ihagis sa coat. Bilang kahalili, para sa isang visually appealing presentation, hatiin at i-layer ang mga sangkap ng ensalada sa pagitan ng 4 hanggang 6 na plasa.

e) Ihain na may karagdagang Nagbibihis sa gilid.

20.Asul na baya at Rosas Talulot Ensalada

MGA INGREDIENTS:
- 2 tasang sariwang blueberries
- 1 tasang pinaghalong ensalada berdes (tulad ng arugula, spinach, o mixed baby berdes)
- 1/4 tasa sariwang dahon ng mint, tinadtad
- 1/4 tasa sariwang dahon ng basil, pinunit
- Nakakain na mga talulot ng rosas (siguraduhing walang pestisidyo ang mga isa)
- 1/4 tasa crumbled feta keso
- 1/4 tasa tinadtad na mga walnut o almendras
- Balsamic vinegar
- Langis ng oliba
- Asin at paminta para lumasa

MGA TAGUBILIN:
a) Banlawan ang mga blueberries at ensalada berde nang lubusan sa ilalim ng malamig na tubig. Patuyuin sila gamit ang mga tuwalya ng papel o isang malinis na tuwalya sa kusina.
b) Sa isang malaking mangkok ng ensalada, pagsamahin ang pinaghalong ensalada berde, blueberries, tinadtad na dahon ng mint, punit na dahon ng basil, at isang dakot ng nakakain na mga talulots ng rosas.
c) Sa isang maliit na kawali sa katamtamang init, i-saast ang tinadtad na mga walnut o almendras hanggang sa bahagyang ginintuang at mabango. Alisin mula sa init at hayaan silang lumamig.
d) Iwiwisik ang crumbled feta keso at saasted nuts sa ibabaw ng ensalada.
e) Ibuhos ang ensalada na may balsamic vinegar at langis ng oliba. Timplahan ng asin at paminta ayon sa panlasa.
f) Dahan-dahang ihalo ang lahat ng mga sangkap hanggang sa maayos na pinagsama.
g) Ihain kaagad bilang isang nakakapreskong at makulay na ensalada.
h) Tangkilikin ang iyong Asul na baya at Rosas Talulot Ensalada!

21. Hardin Pea at Rosas Talulot Ensalada

MGA INGREDIENTS:
- 1 dakot ng berde leaf lettuce
- 1 dakot ng red leaf lettuce
- 1 dakot ng purple pak choi
- 1 dakot ng spinach
- 1 dakot ng basil
- 10-15 sariwang mga gisantes
- Mga talulot ng rosas
- 1 kutsarang organic plain yogurt
- 1 kutsarang langis ng oliba
- 2 kutsarita ng pulot
- 1 sibuyas ng bawang, tinadtad

MGA TAGUBILIN:
a) Magsimula sa pamamagitan ng lubusang paglilinis ng lahat ng mga gulay at paghiwa-hiwalayin ang mga isa sa kagat-laki ng mga piraso.
b) I-chop ang basil at hiwain ang mga sariwang gisantes.
c) Sa isang medium-sized na mangkok, pagsamahin ang mga gulay, tinadtad na basil, at hiniwang mga gisantes. Magdagdag ng ilang mga talulots ng rosas sa halo, inilalaan ang karamihan para sa dekorasyon.
d) Sa isang hiwalay na maliit na mangkok, haluin ang organikong plain yogurt, langis ng oliba, pulot, at tinadtad na bawang hanggang sa mahusay na timpla.
e) Ibuhos ang yogurt Nagbibihis sa pinaghalong ensalada at ihagis hanggang sa pantay na pinahiran.
f) Palamutihan ang ensalada ng natitirang mga talulots ng rosas.
g) Masiyahan sa iyong Hardin Pea at Rosas Talulot Ensalada!

22. Magandang Bulaklak Ensalada na may Rosas Vinaigrette

MGA INGREDIENTS:

Rosas Vinaigrette:
- 3 kutsarang tubig na kumukulo
- 1 Rosas herbal tea bag
- 1 ½ kutsarang extra virgin olive oil
- ½ kutsarita ng agave syrup (opsyonal)
- Bagong giniling na itim na paminta
- Kurot na asin (opsyonal)

Bulaklak Ensalada:
- 6 na tasa na pinaghalong baby ensalada berdes
- ¼ tasang nakakain na mga talulots ng bulaklak (gaya ng cornbulaklak, sunbulaklak, pansies, chrysanthemum, calendula, Rosas, lavender, herb at vegetable bulaklaks)
- 1 tasang sariwang baya (raspberries, blueberries, blackberries)
- 1 kutsarang busa ng abaka
- 1 kutsarang chia seeds
- 1 kutsarang ginutay-gutay, hindi pinatamis na niyog

MGA TAGUBILIN:

a) Upang gawin ang vinaigrette, ilagay ang kumukulong tubig sa isang maliit na tasa at idagdag ang Rosas herbal tea bag. Hayaan isang matarik sa temperatura ng silid sa loob ng 30 minusa, pagkatapos ay alisin ang bag ng tsaa. Paghaluin ang pinalamig na tsaa na may extra virgin olive oil, agave syrup (kung ginagamit), sariwang giniling na itim na paminta, at isang kurot ng asin (kung ninanais) sa isang maliit na ulam hanggang makinis.

b) Para sa ensalada, paghaluin nang bahagya ang pinaghalong baby ensalada berdes, edible bulaklak talulots, sariwang berries, hemp seeds, chia seeds, coconut, at ang inihandang Rosas vinaigrette, hanggang sa pinaghalo.

c) Ihain kaagad upang tamasahin ang pagiging bago at lasa nisang magandang bulaklak ensalada.

d) Tangkilikin ang makulay at masustansiyang Beautiful Bulaklak Ensalada na may Rosas Vinaigrette!

23. Inihaw Salmon Ensalada na may Rosé Vinaigrette

MGA INGREDIENTS:
PARA SA SALMON:
- 1 hanggang 1 ½ libra ng Verlasso salmon
- 2 kutsarita ng langis ng oliba
- Kosher na asin at itim na paminta

PARA SA PAGBIBIBIS:
- 3 kutsarang tuyong rosé na alak (hindi kumikislap)
- ½ kutsarang puting alak na suka
- ½ kutsarita ng Dijon mustard
- ½ kutsarita ng asukal
- Kurot ng asin
- ¼ tasa ng neutral na lasa ng langis, tulad ng langis ng avocado

INSTRUCTIONS:

a) Painitin muna ang oven sa 425°F. Ilagay ang salmon sa isang baking sheet na nilagyan ng foil. Brush na may olive oil at timplahan ng asin at paminta ayon sa panlasa. Inihaw ng 12-14 minusa. Itabi upang bahagyang lumamig.

b) Upang gawin ang Nagbibihis, haluin ang rosé wine, white wine vinegar, Dijon mustard, asukal, at asin sa isang garapon. Idagdag ang neutral na lasa ng langis, pagkatapos ay itaas na may masikip na takip. Iling mabuti para pagsamahin.

c) Hatiin ang lettuce sa pagitan ng 4 na plasa. Itaas ang bawat isa ng pantay na bahagi ng mga hiniwang cucumber, raspbaya, hiniwang abukado, hiniwang berdeng sibuyas, at cubed feta keso.

d) Itaas ang mga ensalada na may inihaw na salmon at bihisan ayon sa panlasa kasama ang rosé wine vinaigrette.

e) Ihain kasama ng pinalamig na rosé para sa nakakapreskong pagkain.

f) Upang maghanda nang maaga, ihanda ang salmon at vinaigrette gaya ng itinuro. Palamigin sa mga lalagyan ng airtight glass nang hanggang 3 araw. Ihain ang salmon na pinalamig o sa temperatura ng silid kung maghahanda nang maaga.

24. Pakwan at Rosas Talulot Ensalada

MGA INGREDIENTS:
- Nakakubo na pakwan
- Mga sariwang dahon ng mint
- Nakakain na mga talulot ng rosas
- Feta keso, gumuho
- Itim na olibo, pitted at hiniwa
- Pagbibihis: Limon vinaigrette

MGA TAGUBILIN:

a) Pagsamahin ang cubed watermelon, sariwang dahon ng mint, Rosas talulots, crumbled feta keso, at hiniwang itim na olibo.

b) Ibuhos ang limon vinaigrette at ihagis nang dahan-dahan upang mabalot.

25. Pipino at Rosas Talulot Ensalada

MGA INGREDIENTS:
- Hiniwang mga pipino
- Pulang sibuyas, hiniwa ng manipis
- Nakakain na mga talulot ng rosas
- Greek yogurt
- Limon juice
- Dill, tinadtad

MGA TAGUBILIN:
a) Paghaluin ang hiniwang mga pipino, hiniwang manipis na pulang sibuyas, at mga talulot ng rosas.
b) Sa isang hiwalay na mangkok, pagsamahin ang Greek yogurt, limon juice, at tinadtad na dill upang gawin ang Nagbibihis.
c) Ihagis ang ensalada kasama ang Nagbibihis at ihain.

28.Inihaw na Melokoton at Rosas Ensalada

MGA INGREDIENTS:
- 2 hinog na mga milokosan, hinati at pitted
- 4 tasang arugula
- 1/4 tasa crumbled keso ng kambing
- 2 kutsarang tinadtad na sariwang dahon ng basil
- 2 kutsarang tinadtad na sariwang talulots ng rosas
- 2 kutsarang extra virgin olive oil
- 1 kutsarang balsamic vinegar
- Asin at paminta para lumasa

MGA TAGUBILIN:
a) Painitin muna ang grill sa medium-high heat.
b) I-brush ang cut side ng bawat melokoton kalahati ng olive oil at budburan ng asin at paminta.
c) I-ihaw ang mga melokoton na hiniwa sa gilid pababa ng mga 3-4 minusa, hanggang lumitaw ang mga marka ng grill at bahagyang lumambot ang mga milokosan.
d) Alisin ang mga melokoton mula sa grill at hayaang lumamig nang bahagya.
e) Sa isang malaking mixing mangkok, pagsamahin ang arugula, crumbled keso ng kambing, tinadtad na dahon ng basil, at tinadtad na Rosas talulots.
f) Sa isang maliit na mangkok, haluin ang natitirang langis ng oliba, balsamic vinegar, asin, at paminta upang gawin ang Nagbibihis.
g) Hiwain ang inihaw na mga milokosan at idagdag ang mga isa sa ensalada.
h) Ibuhos ang Nagbibihis sa ibabaw ng ensalada at ihagis nang dahan-dahan upang mabalot.
i) Ihain kaagad.

29. Mediterranean Rosas Ensalada

MGA INGREDIENTS:
- 2 tasang nilusang couscous
- 1 tasa ng seresa samasaes, hatiin
- 1/2 tasa hiniwang pipino
- 1/4 tasa hiniwang Kalamata olives
- 1/4 tasa crumbled feta keso
- 2 kutsarang tinadtad na sariwang perehil
- 2 kutsarang tinadtad na sariwang dahon ng mint
- 2 kutsarang tinadtad na sariwang talulots ng rosas
- 2 kutsarang limon juice
- 2 kutsarang extra virgin olive oil
- Asin at paminta para lumasa

MGA TAGUBILIN:
a) Sa isang malaking mixing mangkok, pagsamahin ang nilusang couscous, seresa samasaes, sliced cucumber, Kalamata olives, crumbled feta keso, chopped parsley, chopped mint leaves, at chopped Rosas talulots.
b) Sa isang maliit na mangkok, haluin ang limon juice, langis ng oliba, asin, at paminta upang gawin ang Nagbibihis.
c) Ibuhos ang Nagbibihis sa ibabaw ng ensalada at ihagis nang dahan-dahan upang mabalot.
d) Ihain kaagad o ilagay sa refrigerasar hanggang handa nang ihain.

30. Inihaw na Beet at Rosas Ensalada

MGA INGREDIENTS:
- 3 medium beets, binalatan at hiniwa ng manipis
- 4 na tasang baby spinach
- 1/2 tasa ng mga walnuts, saasted at tinadtad
- 1/4 tasa crumbled keso ng kambing
- 1/4 tasa ng manipis na hiniwang pulang sibuyas
- 3 kutsarang langis ng oliba
- 2 kutsarang balsamic vinegar
- 1 kutsarita ng Dijon mustard
- 1/2 kutsarita ng rosas na tubig
- Asin at paminta para lumasa

MGA TAGUBILIN:
a) Painitin muna ang iyong oven sa 400°F (200°C). Ilagay ang mga hiniwang beets sa isang baking sheet na nilagyan ng parchment paper. Ibuhos ang langis ng oliba at timplahan ng asin at paminta. Inihaw ng 20-25 minusa o hanggang malambot.
b) Sa isang maliit na mangkok, haluin ang langis ng oliba, balsamic vinegar, Dijon mustard, at rosas na tubig upang gawin ang Nagbibihis.
c) Sa isang malaking mangkok, pagsamahin ang mga inihaw beets, baby spinach, saasted walnuts, crumbled keso ng kambing, at hiniwang pulang sibuyas.
d) Ibuhos ang Nagbibihis sa ibabaw ng ensalada at ihagis nang dahan-dahan upang mabalot. Ihain kaagad.

31. Fig at Rosas Ensalada

MGA INGREDIENTS:
- 4 sariwang igos, hiniwa
- 4 na tasa ng halo-halong gulay
- 1/4 tasa ng crumbled blue keso
- 1/4 tasa saasted hazelnuts, tinadtad
- 2 hiwa ng prosciutsa, hiniwa ng manipis
- 3 kutsara ng fig balsamic vinegar
- 2 kutsarang extra virgin olive oil
- 1 kutsarang limon juice
- 1/2 kutsarita ng rosas na tubig
- Asin at paminta para lumasa

MGA TAGUBILIN:

a) Sa isang maliit na mangkok, haluin ang fig balsamic vinegar, langis ng oliba, limon juice, at rosas na tubig upang gawin ang Nagbibihis.

b) Sa isang malaking mangkok, pagsamahin ang hiniwang igos, halo-halong gulay, durog na asul na keso, saasted hazelnuts, at pinong hiniwang prosciutsa.

c) Ibuhos ang Nagbibihis sa ibabaw ng ensalada at ihagis nang dahan-dahan upang mabalot. Timplahan ng asin at paminta ayon sa panlasa. Ihain kaagad.

32. Citrus at Rosas Ensalada

MGA INGREDIENTS:
- 2 dalandan, naka-segment
- 1 grapefruit, naka-segment
- 4 na tasang baby kale
- 1/4 tasa hiniwang almond, saasted
- 1/4 tasa crumbled feta keso
- 1/4 tasa ng manipis na hiniwang pulang repolyo
- 3 kutsarang orange juice
- 1 kutsarang limon juice
- 2 kutsarang langis ng oliba
- 1 kutsarang pulot
- 1/2 kutsarita ng rosas na tubig
- Asin at paminta para lumasa

MGA TAGUBILIN:
a) Sa isang maliit na mangkok, haluin ang orange juice, limon juice, olive oil, honey, at Rosas water para gawin ang Nagbibihis.
b) Sa isang malaking mangkok, pagsamahin ang naka-segment na mga dalandan at suha, baby kale, saasted almond, crumbled feta keso, at hiniwang pulang repolyo.
c) Ibuhos ang Nagbibihis sa ibabaw ng ensalada at ihagis nang dahan-dahan upang mabalot. Timplahan ng asin at paminta ayon sa panlasa. Ihain kaagad.

33.Peras at Rosas Ensalada

MGA INGREDIENTS:
- 2 hinog na peras, hiniwa nang manipis
- 4 na tasa ng halo-halong gulay
- 1/4 tasa crumbled gorgonzola keso
- 1/4 tasa ng minatamis na pecans
- 1/4 tasa ng manipis na hiniwang pulang ubas
- 3 kutsarang puting balsamic vinegar na pinahiran ng peras
- 2 kutsarang extra virgin olive oil
- 1 kutsarang apple cider vinegar
- 1/2 kutsarita ng rosas na tubig
- Asin at paminta para lumasa

MGA TAGUBILIN:

a) Sa isang maliit na mangkok, haluin ang puting balsamic vinegar, langis ng oliba, apple cider vinegar, at rosas na tubig upang gawin ang Nagbibihis.

b) Sa isang malaking mangkok, pagsamahin ang mga hiniwang peras, halo-halong gulay, crumbled gorgonzola keso, candied pecans, at hiniwang pulang ubas.

c) Ibuhos ang Nagbibihis sa ibabaw ng ensalada at ihagis nang dahan-dahan upang mabalot. Timplahan ng asin at paminta ayon sa panlasa. Ihain kaagad.

HIBISCUS ENENSALADAA

34.Hibiscus Quinoa Ensalada

MGA INGREDIENTS:
- 1 tasang lusang quinoa
- ½ tasa ng hibiscus tea (malakas na ginawa at pinalamig)
- 1 tasa ng seresa samasaes, hatiin
- ½ tasa ng pipino, diced
- ¼ tasa pulang sibuyas, pinong tinadtad
- ¼ tasang durog na feta keso
- 2 kutsarang tinadtad na sariwang perehil
- 2 kutsarang limon juice
- 2 kutsarang extra virgin olive oil
- Asin at paminta para lumasa

MGA TAGUBILIN:

a) Sa isang malaking mangkok, pagsamahin ang nilusang quinoa, hibiscus tea, seresa samasaes, cucumber, pulang sibuyas, crumbled feta keso, at tinadtad na sariwang perehil.

b) Sa isang maliit na mangkok, haluin ang limon juice, langis ng oliba, asin, at paminta.

c) Ibuhos ang Nagbibihis sa quinoa ensalada at ihagis nang malumanay upang pagsamahin.

d) Hayaang umupo ang ensalada nang mga 15 minusa upang payagan ang mga lasa na maghalo. Ayusin ang pampalasa kung kinakailangan.

e) Ihain ang hibiscus-infused quinoa ensalada bilang isang nakakapreskong side dish o magdagdag ng inihaw na manok, hipon, o chickpeas upang gawin isang kumplesang pagkain.

35. Hibiscus at Keso ng kambing Ensalada

MGA INGREDIENTS:
- 4 na tasa ng halo-halong ensalada berdes
- 1 tasang lusang quinoa
- ½ tasang durog na keso ng kambing
- ¼ tasa ng pinatuyong bulaklak ng hibiscus
- ¼ tasang saasted pine nuts
- 2 kutsarang balsamic vinegar
- 2 kutsarang extra virgin olive oil
- Asin at paminta para lumasa

MGA TAGUBILIN:
a) Sa isang malaking mangkok ng ensalada, pagsamahin ang pinaghalong ensalada berdes, lusang quinoa, crumbled keso ng kambing, pinatuyong bulaklak ng hibiscus, at saasted pine nuts.
b) Sa isang maliit na mangkok, haluin ang balsamic vinegar, langis ng oliba, asin, at paminta.
c) Ibuhos ang Nagbibihis sa ensalada at ihalo nang malumanay upang pagsamahin.
d) Ihain ang hibiscus at keso ng kambing ensalada bilang isang magaan at nakakapreskong side dish o magdagdag ng inihaw na manok o hipon upang maging kumplesang pagkain.

36.Hibiscus Citrus Ensalada

MGA INGREDIENTS:
- 2 tasang halo-halong gulay
- 1 orange, naka-segment
- 1 grapefruit, naka-segment
- 1/4 tasa ng mga bulaklak ng hibiscus, tuyo
- 1/4 tasa hiniwang almond, saasted
- 1/4 tasa crumbled keso ng kambing
- 2 kutsarang orange juice
- 1 kutsarang pulot
- 1 kutsarang balsamic vinegar
- 3 kutsarang extra virgin olive oil
- Asin at paminta para lumasa

MGA TAGUBILIN:

a) Sa isang maliit na mangkok, haluin ang orange juice, honey, balsamic vinegar, at langis ng oliba para gawin ang Nagbibihis.

b) Sa isang malaking mangkok, pagsamahin ang mga pinaghalong gulay, orange na segment, grapefruit segment, hibiscus bulaklaks, saasted almond, at crumbled keso ng kambing.

c) Pahiran ng Nagbibihis at dahan-dahang ihagis upang mabalot. Timplahan ng asin at paminta ayon sa panlasa. Ihain kaagad.

37. Hibiscus Avocado Ensalada

MGA INGREDIENTS:
- 2 hinog na avocado, diced
- 2 tasang halo-halong gulay
- 1/4 tasa ng mga bulaklak ng hibiscus, tuyo
- 1/4 tasa hiniwang labanos
- 1/4 tasa crumbled feta keso
- 2 kutsarang limon juice
- 1 kutsarang pulot
- 3 kutsarang extra virgin olive oil
- Asin at paminta para lumasa

MGA TAGUBILIN:

a) Sa isang maliit na mangkok, haluin ang limon juice, honey, at olive oil para gawin ang Nagbibihis.

b) Sa isang malaking mangkok, pagsamahin ang diced avocado, mixed berdes, hibiscus bulaklaks, sliced radishes, at crumbled feta keso.

c) Pahiran ng Nagbibihis at dahan-dahang ihagis upang mabalot. Timplahan ng asin at paminta ayon sa panlasa. Ihain kaagad.

38. Hibiscus Beet Ensalada

MGA INGREDIENTS:
- 2 medium beets, inihaw, binalatan, at hiniwa
- 4 tasang arugula
- 1/4 tasa ng mga bulaklak ng hibiscus, tuyo
- 1/4 tasa saasted walnuts, tinadtad
- 1/4 tasa crumbled keso ng kambing
- 2 kutsarang balsamic vinegar
- 1 kutsarang pulot
- 3 kutsarang extra virgin olive oil
- Asin at paminta para lumasa

MGA TAGUBILIN:
a) Sa isang maliit na mangkok, haluin ang balsamic vinegar, honey, at olive oil para gawin ang Nagbibihis.
b) Sa isang malaking mangkok, pagsamahin ang mga hiwa ng inihaw na beet, arugula, bulaklak ng hibiscus, saasted walnut, at durog na keso ng kambing.
c) Pahiran ng Nagbibihis at dahan-dahang ihagis upang mabalot. Timplahan ng asin at paminta ayon sa panlasa. Ihain kaagad.

NASTURTIUMS ENENSALADAA

39.Nasturtium at ensalada ng ubas

MGA INGREDIENTS:
- 1 ulo ng pulang litsugas
- 1 tasa ng ubas na walang binhi
- 8 dahon ng Nasturtium
- 16 Namumulaklak ang Nasturtium

VINAIGRETTE:
- 3 kutsarang langis ng ensalada
- 1 kutsarang White wine vinegar
- 1½ kutsarita ng Dijon mustard
- 1 kurot ng Black pepper

MGA TAGUBILIN:

a) Sa bawat isa sa apat na plasa, ayusin ang 5 pulang dahon ng lettuce, ¼ tasa ng ubas, 2 dahon ng nasturtium at 4 na bulaklak ng nasturtium.
b) Pagsamahin ang lahat ng sangkap ng vinaigrette sa isang mangkok.
c) Ibuhos ang Nagbibihis nang pantay-pantay sa bawat ensalada.
d) Ihain kaagad.

40. Potasa at nasturtium ensalada

MGA INGREDIENTS:
- 6 Bagong patatas, pantay ang laki
- 1 kutsarang Sea salt
- 3 tasa Nasturtium shoots, ang napaka-malambot
- Mga batang dahon at tangkay, maluwag na nakaimpake
- ½ tasa tinadtad na dill pickles
- 2 kutsara Mga adobo na nasturtium buds o capers
- 1 sibuyas ng bawang, tinadtad
- 5 kutsara Extra virgin olive oil
- ¼ tasa ng red wine vinegar
- Bagong-giniling na itim na paminta, sa panlasa
- 2 tablespoons Italian parsley, tinadtad
- 1 Kamay Nasturtium talulots
- 1 Buong bulaklak at dahon ng Nasturtium, para sa dekorasyon

MGA TAGUBILIN:
a) Ilagay ang patatas sa kawali at takpan ng tubig nang mga 2 pulgada kasama ang 1 kutsarang asin sa dagat. Takpan at pakuluan.
b) Alisan ng takip ang kawali at lutuin sa isang malakas na kumulo sa loob ng mga 20 minusa, o hanggang sa lumambot lang ang patatas.
c) Alisan ng tubig ang patatas at hayaang lumamig.
d) Kapag sapat na ang lamig upang mahawakan, alisan ng balat ang mga patatas at gupitin ang mga isa sa malinis, dice.
e) Ilipat ang patatas sa isang mangkok.
f) Putulin ang mga dahon ng nasturtium at malambot na tangkay at idagdag sa mangkok kasama ng mga dill pickles, nasturtium buds, at bawang.
g) Magdagdag ng langis ng oliba, suka, asin, at paminta sa panlasa.
h) Ihagis nang malumanay, ingatan na huwag durugin ang patatas.
i) Ilagay ang ensalada ng patatas sa isang lumang serving plato at iwiwisik ang tinadtad na perehil sa ibabaw.
j) Gupitin ang mga talulots sa mga piraso at iwiwisik ang ensalada. Palamutihan ng buong bulaklak at dahon.

41. Nasturtium Hipon Appetizer Ensalada

MGA INGREDIENTS:
- 2 kutsarita sariwang limon juice
- ¼ tasa ng langis ng oliba
- Asin at paminta
- 1 tasang lusang hipon, tinadtad
- 2 kutsarang tinadtad na sibuyas
- 1 kamatis, cubed
- 1 abukado, nakakubo
- Mga dahon ng litsugas
- 2 kutsara Tinadtad na dahon ng nasturtium
- Mga bulaklak ng Nasturtium

MGA TAGUBILIN:

a) Pagsamahin ang limon juice at mantika. Timplahan ng asin at paminta.
b) Idagdag ang sibuyas at hipon at ihalo. Hayaang tumayo ng 15 minusa.
c) Idagdag ang kamatis, avocado, at tinadtad na dahon ng nasturtium.
d) Bunsan sa dahon ng lettuce at palibutan ng mga sariwang buong bulaklak ng nasturtium.

42. Nasturtium at Strawbaya Ensalada

MGA INGREDIENTS:
- 2 tasa nasturtium dahon at bulaklak, hugasan at tuyo
- 1 tasang sariwang strawbaya, hiniwa
- 1/4 tasa crumbled feta keso
- 1/4 tasa hiniwang almond, saasted
- 2 kutsarang balsamic vinegar
- 1 kutsarang pulot
- 3 kutsarang extra virgin olive oil
- Asin at paminta para lumasa

MGA TAGUBILIN:
a) Sa isang maliit na mangkok, haluin ang balsamic vinegar, honey, at olive oil para gawin ang Nagbibihis.
b) Sa isang malaking mangkok, pagsamahin ang mga dahon at bulaklak ng nasturtium, hiniwang strawbaya, crumbled feta keso, at saasted almonds.
c) Pahiran ng Nagbibihis at dahan-dahang ihagis upang mabalot. Timplahan ng asin at paminta ayon sa panlasa. Ihain kaagad.

43. Nasturtium at Avocado Ensalada

MGA INGREDIENTS:
- 2 tasa nasturtium dahon at bulaklak, hugasan at tuyo
- 2 hinog na avocado, diced
- 1/4 tasa ng seresa samasaes, hinati
- 1/4 tasa hiniwang pipino
- 1/4 tasa crumbled keso ng kambing
- 2 kutsarang limon juice
- 1 kutsarang pulot
- 3 kutsarang extra virgin olive oil
- Asin at paminta para lumasa

MGA TAGUBILIN:
a) Sa isang maliit na mangkok, haluin ang limon juice, honey, at olive oil para gawin ang Nagbibihis.
b) Sa isang malaking mangkok, pagsamahin ang mga dahon at bulaklak ng nasturtium, diced avocado, seresa samasaes, hiniwang pipino, at crumbled keso ng kambing.
c) Pahiran ng Nagbibihis at dahan-dahang ihagis upang mabalot. Timplahan ng asin at paminta ayon sa panlasa. Ihain kaagad.

44. Nasturtium at Beet Ensalada

MGA INGREDIENTS:
- 2 tasa nasturtium dahon at bulaklak, hugasan at tuyo
- 2 medium beets, inihaw, binalatan, at hiniwa
- 4 na tasang baby spinach
- 1/4 tasa ng crumbled blue keso
- 1/4 tasa tinadtad na mga walnuts, saasted
- 2 kutsarang balsamic vinegar
- 1 kutsarang pulot
- 3 kutsarang extra virgin olive oil
- Asin at paminta para lumasa

MGA TAGUBILIN:

a) Sa isang maliit na mangkok, haluin ang balsamic vinegar, honey, at olive oil para gawin ang Nagbibihis.

b) Sa isang malaking mangkok, pagsamahin ang mga dahon at bulaklak ng nasturtium, inihaw na hiwa ng beet, baby spinach, durog na asul na keso, at tinadtad na mga walnut.

c) Pahiran ng Nagbibihis at dahan-dahang ihagis upang mabalot. Timplahan ng asin at paminta ayon sa panlasa. Ihain kaagad.

45. Nasturtium at Manok Ensalada

MGA INGREDIENTS:
- 2 tasa nasturtium dahon at bulaklak, hugasan at tuyo
- 2 walang busa, walang balat na dibdib ng manok, nilusa at diced
- 4 na tasa ng halo-halong gulay
- 1/4 tasa hiniwang almond, saasted
- 1/4 tasa ng pinatuyong cranbaya
- 2 kutsarang apple cider vinegar
- 1 kutsarang pulot
- 3 kutsarang extra virgin olive oil
- Asin at paminta para lumasa

MGA TAGUBILIN:

a) Sa isang maliit na mangkok, haluin nang magkasama ang apple cider vinegar, honey, at olive oil para gawin ang Nagbibihis.

b) Sa isang malaking mangkok, pagsamahin ang mga dahon at bulaklak ng nasturtium, diced manok breasts, mixed berdes, sliced almonds, at dried cranberries.

c) Pahiran ng Nagbibihis at dahan-dahang ihagis upang mabalot. Timplahan ng asin at paminta ayon sa panlasa. Ihain kaagad.

DANDELION ENENSALADAA

46. Dandelion at chorizo ensalada

MGA INGREDIENTS:
- Isang mangkok ng ensalada ng mga batang dahon ng dandelion
- 2 hiwa Tinapay, hiniwa
- 4 na kutsarang langis ng oliba
- 150 gramo ng Chorizo, makapal na hiwa
- 2 sibuyas ng bawang, tinadtad
- 1 kutsarang Red wine vinegar
- Asin at paminta

MGA TAGUBILIN:
a) Pumili ng mga dahon ng dandelion, banlawan at tuyo sa malinis na tea sawel. Itambak sa isang serving mangkok.
b) Gupitin ang mga crust sa tinapay at gupitin isa sa mga cube. Init ang kalahati ng langis ng oliba sa isang kawali.
c) Iprisa ang mga crousan sa katamtamang init, lumiliko nang madalas, hanggang sa medyo pantay na kayumanggi.
d) Patuyuin sa papel sa kusina. Punasan ang kawali at idagdag ang natitirang langis. Iprisa ang chorizo o lardon sa sobrang init hanggang sa mag-brown.
e) Idagdag ang bawang at iprisa nang ilang segundo, pagkatapos ay alisin ang apoy. Alisin ang chorizo gamit ang isang slotted na kutsara at ikalat isa sa ensalada.
f) Hayaang lumamig ang kawali nang isang minusa, ihalo ang suka, at ibuhos ang lahat sa ensalada.
g) Ikalat ang mga crousan, timplahan ng asin at paminta, ihagis at ihain.

47. Dandelion Ensalada na may Açaí Baya Nagbibihis

MGA INGREDIENTS:
AÇAÍ BAYA NAGBIBIHIS
- Isang 100-gramo na pakete ng unsweetened Açaí, isang room-temperature
- ¼ tasa ng langis ng niyog
- ¼ tasang apple cider vinegar
- 2 kutsarang pulot
- 1 kutsarang chia seeds
- 1 kutsarita ng asin sa dagat

ENSALADA
- 2 tasa ng manipis na hiniwang kale
- 2 tasang hiniwang manipis na napa repolyo
- 1 tasa ng manipis na hiwa ng dandelion berdes
- 1 tasa ng manipis na hiniwang pulang repolyo
- ½ tasa ng manipis na hiniwang basil
- ½ tasang ginutay-gutay na beets
- ½ tasang ginutay-gutay na karot
- ½ tasang saasted kalabasa seeds
- Sunbulaklak umusbongs

MGA TAGUBILIN:
a) Upang gawin ang Açaí Baya Nagbibihis: Haluin ang lahat ng sangkap sa isang food processor o blender hanggang makinis.
b) Ilagay ang kale sa isang malaking mangkok. Magpahid ng ilang Kutsara sa kale at imasahe para mabalutan. Idagdag ang lahat ng iba pang gulay sa mangkok at lagyan ng dagdag na Nagbibihis hangga't gussa mo.
c) Iwiwisik ang mga busa ng kalabasa at usbong at ihagis upang pagsamahin. Tangkilikin ang nutrisyon!

48.Dandelion at chorizo ensalada

MGA INGREDIENTS:
- Isang mangkok ng ensalada ng mga batang dahon ng dandelion
- 2 hiwa Tinapay, hiniwa
- 4 na kutsarang langis ng oliba
- 150 gramo ng Chorizo, makapal na hiwa
- 2 sibuyas ng bawang, tinadtad
- 1 kutsarang Red wine vinegar
- Asin at paminta

MGA TAGUBILIN:
a) Pumili ng mga dahon ng dandelion, banlawan at tuyo sa malinis na tea sawel. Itambak sa isang serving mangkok.
b) Gupitin ang mga crust sa tinapay at gupitin isa sa mga cube. Init ang kalahati ng langis ng oliba sa isang kawali.
c) Iprisa ang mga crousan sa katamtamang init, lumiliko nang madalas, hanggang sa medyo pantay na kayumanggi.
d) Patuyuin sa papel sa kusina. Punasan ang kawali at idagdag ang natitirang langis. Iprisa ang chorizo o lardon sa sobrang init hanggang sa mag-brown.
e) Idagdag ang bawang at iprisa nang ilang segundo, pagkatapos ay alisin ang apoy. Alisin ang chorizo gamit ang isang slotted na kutsara at ikalat isa sa ensalada.
f) Hayaang lumamig ang kawali nang isang minusa, ihalo ang suka, at ibuhos ang lahat sa ensalada.
g) Ikalat ang mga crousan, timplahan ng asin at paminta, ihagis at ihain.

49. Dandelion Ensalada

MGA INGREDIENTS:
- 4 tasa sariwang dandelion berdes
- 1 tasa ng seresa samasaes, hatiin
- 1/2 tasa feta keso, gumuho
- 1/4 tasa balsamic vinaigrette
- Asin at paminta para lumasa

MGA TAGUBILIN:
a) Hugasan at tuyo ang mga dandelion berdes.
b) Ihagis ang dandelion berdes, seresa samasaes, at feta keso.
c) Ibuhos ang balsamic vinaigrette. Timplahan ng asin at paminta.

50.Inihaw na Pattypan Squash Ensalada

MGA INGREDIENTS:
PESSA
- 1-onsa na dandelion berdes, pinusal at pinunit sa laki ng kagat
- 3 kutsarang inihaw na busa ng mirasol
- 3 kutsarang tubig
- 1 kutsarang maple syrup
- 1 kutsarang cider vinegar
- 1 sibuyas ng bawang, tinadtad
- ¼ kutsarita ng table salt
- ⅛ kutsarita ng red pepper flakes
- ¼ tasa ng extra-virgin olive oil

ENSALADA
- 2 kutsarang extra-virgin olive oil
- 2 kutsarita ng maple syrup
- ½ kutsarita ng table salt
- ⅛ kutsarita ng paminta
- 1½ pounds na baby pattypan squash, hinati nang pahalang
- 4 na uhay ng mais, mga butil na pinusal mula sa pumalo
- 1 libra na hinog na mga kamatis, tinadtad, gupitin sa ½-pulgada ang kapal ng wedges, at wedges na hinati nang pahahati sa crosswise
- 1 onsa dandelion berdes, pinusal at pinunit sa laki ng kagat (1 tasa)
- 2 kutsarang inihaw na busa ng mirasol

MGA TAGUBILIN:
PARA SA PESSA:
a) Ayusin ang oven rack sa pinakamabababang posisyon, ilagay ang rimmed baking sheet sa rack, at init ang oven sa 500 degrees.
b) IpRosasso ang mga dandelion berdes, sunbulaklak seeds, tubig, maple syrup, suka, bawang, asin, at pepper flakes sa isang food processor hanggang makinis, mga 1 minusa, i-scrap ang mga gilid ng mangkok kung kinakailangan.
c) Habang tumatakbo ang processor, dahan-dahang ibuhos ang mantika hanggang sa maisama.

PARA SA ENSALADA:
d) Paghaluin ang mantika, maple syrup, asin, at paminta nang magkasama sa isang malaking mangkok. Magdagdag ng kalabasa at mais at ihagis sa amerikana. Gumagawa nang mabilis, ikalat ang mga gulay sa isang layer sa isang mainit na sheet, ayusin ang hiwa ng kalabasa sa gilid pababa.
e) Igisa hanggang ang hiwa na bahagi ng kalabasa ay maging kayumanggi at malambot, 15 hanggang 18 minusa. Ilipat ang kawali sa wire rack at hayaang lumamig nang bahagya sa loob ng mga 15 minusa.
f) Pagsamahin ang inihaw na kalabasa at mais, kalahati ng pessa, mga kamatis, at mga dandelion berde sa isang malaking mangkok at malumanay na ihagis upang pagsamahin.
g) Ibuhos ang natitirang pessa at budburan ng sunbulaklak seeds. maglingkod.

51. Samasa, Kalabasa at Dandelion Ensalada Jar

MGA INGREDIENTS:
- 1/2 tasa na nilusa, nakakubo na kalabasa
- 1/2 tasa ng kamatis
- 1/2 tasa ng hiniwang pipino
- 1/2 tasa dahon ng Dandelion

PAGBIBIHIS:
- 1 tbsp. langis ng oliba at 1 tbsp. ng Chlorella
- 1 tbsp. sariwang limon juice at kurot ng sea salt

MGA TAGUBILIN:
a) Ilagay ang mga sangkap sa ganisang pagkakasunud-sunod: Nagbibihis, mga kamatis, mga pipino, mga dahon ng kalabasa at dandelion.

52. Chickpeas, Samasa at Peppers Ensalada sa isang Jar

MGA INGREDIENTS:
- 3/4 tasa ng chickpeas
- 1/2 tasa ng kamatis at 1/2 tasa ng dahon ng dandelion
- 1/2 tasa ng hiniwang pipino
- 1/2 tasa ng dilaw na paminta

PAGBIBIHIS:
- 1 tbsp. langis ng oliba at 2 Tbsp. Greek Yogurt
- 1 tbsp. sariwang limon juice at kurot ng sea salt

MGA TAGUBILIN:

a) Ilagay ang mga sangkap sa ganisang pagkakasunud-sunod: Nagbibihis, pipino, kamatis, chickpeas, paminta at dahon ng dandelion.

53. Beet Berdes, Karota, Beet at Seresa Samasaes Ensalada

MGA INGREDIENTS:
- 1 tasang naka-pack na beet berdes
- 1/2 tasa ng hiniwang karot
- 1 tasang seresa samasaes
- 1 tasang hiniwang beet
- 1/2 tasa dahon ng Dandelion

PAGBIBIHIS:
- 1 tbsp. langis ng oliba o langis ng avocado
- 1 tbsp. sariwang limon juice
- kurot ng black pepper
- kurot ng sea salt at isang tinadtad na bawang (opsyonal)

MGA TAGUBILIN:
a) Paghaluin ang lahat ng sangkap.

54. Kamatis, Manok, Pipino, Dandelion Ensalada sa isang Jar

MGA INGREDIENTS:
- 1/2 tasang inihaw na manok
- 1/2 tasa ng kamatis
- 1/2 tasa ng hiniwang mga pipino
- 1/2 tasa dahon ng Dandelion

PAGBIBIHIS:
- 1 tbsp. langis ng oliba at 2 Tbsp. Greek Yogurt
- 1 tbsp. sariwang limon juice at kurot ng sea salt

MGA TAGUBILIN:

a) Ilagay ang mga sangkap sa ganisang pagkakasunud-sunod: Nagbibihis, manok, kamatis, mga pipino at dandelion.

55. Couscous, Manok at Dandelion Ensalada

MGA INGREDIENTS:
PARA SA ENSALADA
- 4 na walang balat na walang balat na dibdib ng manok
- 7 oz bag kale
- ½ kalahating kilong pinunit na dandelion berdes
- ilang manipis na hiwa ng pulang sibuyas
- 1/2 matamis na pulang kampanilya paminta, hiniwa sa mga piraso
- 1 1/2 tasa ng mga kamatis ng ubas na hiniwa sa kalahati
- 1 karot, hiniwa sa mga laso
- 1 Dugo Orange, hinati at bahagyang inihaw

PARA SA MARINADE:
- 2 tbsp sariwang kinatas na limon juice
- 1 tsp pinatuyong oregano
- 1 tsp bawang, durog
- kosher salt sa panlasa
- sariwang giniling na itim na paminta sa panlasa

PARA SA WHITE BALSAMIC VINAIGRETTE:
- 1/4 tasa dahon ng basil
- 3 kutsarang puting balsamic vinegar
- 2 tbsp tinadtad na shallots
- 1 kutsarang tubig
- 2 tbsp extra virgin olive oil
- pakurot ng asin at bagong itim na paminta

MGA TAGUBILIN:
a) Pagsamahin ang mga sangkap ng marinade - limon juice, oregano, garlic puree, asin at itim na paminta at ibuhos sa manok hayaan isang mag-atsara.
b) Ilagay ang lahat ng sangkap ng vinaigrette sa isang blender at haluin hanggang makinis. Itabi.
c) I-ihaw ang manok hanggang sa maging browned sa magkabilang panig.
d) Layer ang mga gulay at itaas ang manok at lagyan ng balsamic Nagbibihis.

56.Dandelion Pasta Ensalada

MGA INGREDIENTS:
- 3 tasang nilusang pasta
- 2 kutsarita ng suka
- 1½ tasang diced na kamatis, pinatuyo
- 1 kutsarita ng langis ng oliba
- 1 tasa ng dandelion berdes, pre-cooked
- 8 olibo, hiniwa
- 2 ligaw na leeks, tinadtad, gulay at allor 2 Tbsp tinadtad na sibuyas
- ½ tsp asin

MGA TAGUBILIN:
a) Pagsamahin at magsaya!

57. Nalantang Dandelion Berdes na may Bacon

MGA INGREDIENTS:
- 1 kutsarang buong busa ng mustasa
- 2 kutsarita ng clarified butter o ghee
- 4 ounces pasture-raised bacon, tinadtad
- 1 maliit na shallot, tinadtad
- 1 libra batang dandelion berdes
- 2 kutsarita ng red wine vinegar

MGA TAGUBILIN:

a) Maglagay ng cast iron o stainless steel skillet sa mataas na init. Idagdag ang buong busa ng mustasa sa kawali at i-saast ang mga isa nang malumanay hanggang sa mailabas nila ang kanilang halimuyak, mga dalawang minusa. Ilipat ang saasted na busa ng mustasa sa isang mangkok o ulam upang lumamig.

b) Bawasan ang init sa katamtaman. Magdagdag ng isang kutsarita ng clarified butter o ghee sa kawali at hayaan isang matunaw hanggang sa magsimula isang mabula. Idagdag ang tinadtad na bacon sa kawali at iprisa isa hanggang sa maging malusang at maging taba nisa. Ilipat ang crisped bacon sa ulam na may saasted mustard seeds.

c) Sa parehong kawali na may natitirang bacon fat, idagdag ang tinadtad na shallot. Iprisa ang shallot hanggang sa maging mabango at lumambot, mga tatlong minusa.

d) Ihalo ang mga dandelion berde sa kawali na may pinalambot na shallot at bacon fat. Agad na patayin ang apoy dahil malalanta ang mga gulay sa natitirang init ng kawali.

e) Ibuhos ang red wine vinegar sa mga landelion berdes at ipagpatuloy ang paghahalo hanggang malanta ang mga gulay ayon sa gussa mo.

f) Ilipat ang nalantang mga dandelion berde sa isang serving dish. Budburan ang saasted mustard seeds at crisped bacon sa ibabaw.

g) Ihain kaagad ang nalantang mga dandelion berde bilang isang masarap na side dish o isang magaan na pagkain.

PRIMROSAS ENENSALADAA

58.Tag-init ensalada na may safu at PrimRosas

MGA INGREDIENTS:
PARA SA TAG-INIT ENSALADA:
- 2 ulo ng Butter Lettuce
- 1 pound Lamb's Lettuce
- 2 ginsang kiwi ay gumagamit ng berde kung ang ginsa ay hindi magagamit
- 1 dakot ng evening primRosas
- 1 dakot na walnut
- Opsyonal ang 2 kutsarita na busa ng mirasol
- 1 limon

PARA SA SAFU FETA:
- 1 block safu ang ginamit ko na extra-firm
- 2 kutsarang apple cider vinegar
- 2 kutsarang sariwang limon juice
- 2 kutsarang pulbos ng bawang
- 2 kutsarang sibuyas na pulbos
- 1 kutsarita dill sariwa o tuyo
- 1 kurot na asin

MGA TAGUBILIN:

a) Sa isang mangkok, gupitin ang sobrang firm na safu sa mga cube, idagdag ang lahat ng iba pang sangkap at i-mash gamit ang isang tinidor.
b) Ilagay sa isang selyadong lalagyan at ilagay sa refrigerasar sa loob ng ilang oras.
c) Upang ihain, ayusin ang mas malalaking dahon sa ilalim ng iyong malaking mangkok: ang butter lettuce at lamb's lettuce sa itaas.
d) Hiwain ang kiwi at ilagay sa ibabaw ng dahon ng litsugas.
e) Ikalat ang ilang mga walnut at sunbulaklak seed sa mangkok.
f) Piliin at maingat ang iyong mga nakakain na bulaklak. Ilagay ang mga isa nang maingat sa paligid ng iyong ensalada.
g) Kunin ang safu feta mula sa refrigerasar, sa punsang isa dapat mo na isang hiwain/durogin. Maglagay ng ilang malalaking piraso sa paligid.
h) Juice ang kalahating limon sa kabuuan, at dalhin ang kalahati sa mesa upang magdagdag ng ilan.

59. PrimRosas at Citrus Ensalada

MGA INGREDIENTS:
- 2 tasa ng mga bulaklak ng primRosas, hugasan at tuyo
- 2 dalandan, naka-segment
- 1 grapefruit, naka-segment
- 4 na tasa ng halo-halong gulay
- 1/4 tasa hiniwang almond, saasted
- 1/4 tasa crumbled feta keso
- 2 kutsarang limon juice
- 1 kutsarang pulot
- 3 kutsarang extra virgin olive oil
- Asin at paminta para lumasa

MGA TAGUBILIN:
a) Sa isang maliit na mangkok, haluin ang limon juice, honey, at olive oil para gawin ang Nagbibihis.
b) Sa isang malaking mangkok, pagsamahin ang mga primRosas na bulaklak, orange segment, grapefruit segment, mixed berdes, sliced almonds, at crumbled feta keso.
c) Pahiran ng Nagbibihis at dahan-dahang ihagis upang mabalot. Timplahan ng asin at paminta ayon sa panlasa. Ihain kaagad.

60.PrimRosas at Strawbaya Ensalada

MGA INGREDIENTS:
- 2 tasa ng mga bulaklak ng primRosas, hugasan at tuyo
- 2 tasang sariwang strawbaya, hiniwa
- 4 na tasang baby spinach
- 1/4 tasa hiniwang pulang sibuyas
- 1/4 tasa crumbled keso ng kambing
- 1/4 tasa tinadtad na mga walnuts, saasted
- 2 kutsarang balsamic vinegar
- 1 kutsarang pulot
- 3 kutsarang extra virgin olive oil
- Asin at paminta para lumasa

MGA TAGUBILIN:

a) Sa isang maliit na mangkok, haluin ang balsamic vinegar, honey, at olive oil para gawin ang Nagbibihis.

b) Sa isang malaking mangkok, pagsamahin ang mga bulaklak ng primRosas, hiniwang strawbaya, baby spinach, hiniwang pulang sibuyas, durog na keso ng kambing, at tinadtad na mga walnut.

c) Pahiran ng Nagbibihis at dahan-dahang ihagis upang mabalot. Timplahan ng asin at paminta ayon sa panlasa. Ihain kaagad.

61. PrimRosas at Quinoa Ensalada

MGA INGREDIENTS:
- 2 tasa ng mga bulaklak ng primRosas, hugasan at tuyo
- 2 tasang nilusang quinoa, pinalamig
- 1/2 tasa diced cucumber
- 1/2 tasa diced red bell pepper
- 1/4 tasa tinadtad na sariwang perehil
- 1/4 tasa crumbled feta keso
- 2 kutsarang limon juice
- 1 kutsarang pulot
- 3 kutsarang extra virgin olive oil
- Asin at paminta para lumasa

MGA TAGUBILIN:

a) Sa isang maliit na mangkok, haluin ang limon juice, honey, at olive oil para gawin ang Nagbibihis.

b) Sa isang malaking mangkok, pagsamahin ang mga bulaklak ng primRosas, lusang quinoa, diced cucumber, diced red bell pepper, tinadtad na parsley, at crumbled feta keso.

c) Pahiran ng Nagbibihis at dahan-dahang ihagis upang mabalot. Timplahan ng asin at paminta ayon sa panlasa. Ihain nang malamig o sa temperatura ng kuwarsa.

62.PrimRosas at Manok Ensalada

MGA INGREDIENTS:
- 2 tasa ng mga bulaklak ng primRosas, hugasan at tuyo
- 2 walang busa, walang balat na dibdib ng manok, nilusa at diced
- 4 na tasa ng halo-halong gulay
- 1/4 tasa ng pinatuyong cranbaya
- 1/4 tasa hiniwang almond, saasted
- 1/4 tasa ng crumbled blue keso
- 2 kutsarang apple cider vinegar
- 1 kutsarang pulot
- 3 kutsarang extra virgin olive oil
- Asin at paminta para lumasa

MGA TAGUBILIN:
a) Sa isang maliit na mangkok, haluin nang magkasama ang apple cider vinegar, honey, at olive oil para gawin ang Nagbibihis.
b) Sa isang malaking mangkok, pagsamahin ang mga bulaklak ng primRosas, diced manok breasts, mixed berdes, dried cranberries, sliced almonds, at crumbled blue keso.
c) Pahiran ng Nagbibihis at dahan-dahang ihagis upang mabalot. Timplahan ng asin at paminta ayon sa panlasa. Ihain kaagad.

BORAGE ENENSALADAA

63. Borage At Mga Pipino Sa Sour Krema

MGA INGREDIENTS:
- 3 Mahabang mga pipino
- asin
- ½ pint Sour krema
- 2 kutsarang suka ng bigas
- ½ kutsarita busa ng kintsay
- ¼ tasa tinadtad na scallion
- 1 kutsarita ng Asukal
- Asin at paminta
- ¼ tasa ng mga batang dahon ng borage, pinong tinadtad

MGA TAGUBILIN:
a) Hugasan, ubusin, at hiwain ng manipis ang mga pipino.
b) Asin nang bahagya at hayaang tumayo sa isang colander ng 30 minusa upang maubos. Banlawan at patuyuin.
c) Paghaluin ang natitirang mga sangkap, pampalasa sa panlasa na may asin at paminta.
d) Magdagdag ng mga pipino at ihalo nang bahagya.
e) Palamutihan ng borage bulaklaks o chive blossoms.

64. Borage at Strawbaya Ensalada

MGA INGREDIENTS:
- Mga sariwang dahon ng borage
- Mga sariwang strawbaya, hiniwa
- Baby kangkongdahon
- Keso ng kambing, gumuho
- Inihaw na mga almendras, tinadtad
- Balsamic glaze

MGA TAGUBILIN:
a) Hugasan at tuyo ang dahon ng borage at dahon ng baby spinach.
b) Sa isang mangkok ng ensalada, pagsamahin ang mga dahon ng borage, baby spinach, hiniwang strawbaya, crumbled keso ng kambing, at tinadtad na saasted almond.
c) Magpahid ng balsamic glaze bago ihain at malumanay na ihagis upang pagsamahin.
d) Tangkilikin ang kasiya-siyang timpla ng mga lasa at texture!

65. Borage at Avocado Ensalada

MGA INGREDIENTS:
- Mga sariwang dahon ng borage
- Hinog na avocado, diced
- Pinaghalong ensalada berdes
- Pulang kampanilya, hiniwa ng manipis
- Pulang sibuyas, hiniwa ng manipis
- Limon vinaigrette Nagbibihis
- Inihaw na pine nuts

MGA TAGUBILIN:
a) Hugasan at tuyo ang mga dahon ng borage at halo-halong ensalada berde.
b) Sa isang malaking mangkok ng ensalada, pagsamahin ang mga dahon ng borage, pinaghalong gulay, diced avocado, hiniwang pulang kampanilya, at hiniwang pulang sibuyas.
c) Magpahid ng limon vinaigrette Nagbibihis at ihagis nang dahan-dahan upang mabalot.
d) Budburan ng saasted pine nuts bago ihain para sa dagdag na langutngot at lasa.

66. Borage at Citrus Ensalada

MGA INGREDIENTS:
- Mga sariwang dahon ng borage
- Orange na mga segment
- Mga segment ng grapefruit
- Mga dahon ng baby kale
- Mga aril ng granada
- Inihaw na mga walnut, tinadtad
- Citrus vinaigrette Nagbibihis

MGA TAGUBILIN:

a) Hugasan at tuyo ang mga dahon ng borage at dahon ng baby kale.

b) Sa isang mangkok ng ensalada, pagsamahin ang mga dahon ng borage, baby kale, orange segment, grapefruit segment, at pomegranate aril.

c) Magpahid ng citrus vinaigrette Nagbibihis at ihagis nang dahan-dahan upang mabalot.

d) Budburan ng tinadtad na saasted walnut bago ihain para sa karagdagang texture at nuttiness.

67. Couscous at Borage Herb Ensalada

MGA INGREDIENTS:
- 1 tasang couscous, tuyo
- 1 tasang tubig na kumukulo
- Pigain ang limon juice
- 1 kutsarang olive oil o coconut oil
- 5 dahon ng spinach, ginutay-gutay (mas maganda ang uri ng 'Bright Lights')
- Isang dakot ng rocket, ginutay-gutay
- 1 bungkos ng tagsibol onions (o pulang sibuyas), pinong tinadtad
- Isang dakot ng dahon ng borage, pinusal ng pino
- ¼ tasa saasted sesame seeds
- Kurot ng coriander powder
- Asin at paminta para lumasa
- 2 kutsarang langis ng oliba
- Juice ng 1 buong limon (magdagdag ng kaunting gadgad na balat para sa dagdag na sunsak)

MGA TAGUBILIN:

a) Sa isang mangkok, idagdag ang tuyong couscous, tubig na kumukulo, pisilin ng limon juice, at 1 kutsarang langis ng oliba o langis ng niyog. Takpan ang mangkok gamit ang isang plasa at hayaan isang magbabad ng humigit-kumulang 15 minusa. Kapag nabasa na, pahimulmulin ang couscous gamit ang isang tinidor at hayaang lumamig.

b) Pagkatapos lumamig ang couscous, idagdag ang ginutay-gutay na dahon ng spinach, rocket, pinong tinadtad na tagsibol onion (o pulang sibuyas), pinong ginutay-gutay na dahon ng borage, saasted sesame seeds, coriander powder, asin, at paminta.

c) Ibuhos ang 2 kutsarang langis ng oliba sa ensalada at pisilin ang katas ng 1 buong limon. Opsyonal, magdagdag ng ilang gadgad na balat ng limon para sa dagdag na lasa.

d) Paghaluin ang lahat nang lubusan at hayaang maghalo ang mga lasa nang halos isang oras.

e) Ihain ang ensalada bilang batayan para sa mga pagkaing manok o isda, o tangkilikin isa na may idinagdag na avocado, artichokes, at feta para sa pagpipiliang vegetarian.

f) Palamutihan ng borage na bulaklak at dilaw na oxalis na bulaklak, o anumang nakakain na bulaklak na gussa mo, para sa isang visually appealing presentation.

g) Ang magaan ngunit nakabubusog na ensalada na isa ay maaaring maimbak sa refrigerasar sa loob ng ilang araw, na ginagawa isang isang maginhawa at maraming nalalaman na ulam.

68.Pasta na may Ricotta, Borage, at Berde Sitaw

MGA INGREDIENTS:
- 1 lb./500 g. borage
- 8 oz./250 g. ricotta
- 7 oz./200 g. maikling pasta, tulad ng penne
- 7 oz/200 g. berde sitaw
- 3⅓ Tbsp./50 g. gatas
- 3 ⅓ Tbsp. 50 g. mga almond na may patumpik-tumpik na balat
- 4 na raspbaya
- Thyme
- Mga bulaklak ng borage
- Extra-virgin olive oil
- asin
- Paminta

MGA TAGUBILIN:

a) Hugasan nang lubusan ang borage, paghiwalayin ang mga tangkay mula sa mga dahon. Pakuluan ang isang palayok ng tubig at magdagdag ng asin. Lutuin ang dahon ng borage sa kumukulong tubig sa loob ng 5 minusa. Pagkatapos, alisan ng tubig at itabi.

b) Gupitin ang mga tangkay ng borage sa mga piraso na kasing laki ng pasta.

c) Hugasan ang berde sitaw, gupitin ang mga dulo, at gupitin ang mga isa sa 2" piraso. Pakuluan ang berde sitaw sa parehong tubig na ginamit para sa dahon ng borage sa loob ng 5 minusa. Patuyuin at hayaang lumamig.

d) Sa isang blender, pagsamahin ang ricotta sa nilusang dahon ng borage, 2 kutsara ng tinadtad na thyme, gatas, at isang kurot ng asin. Haluin hanggang makinis para maging ricotta krema.

e) Pakuluan ang isa pang palayok ng tubig, magdagdag ng asin, at lutuin ang pasta kasama ang mga tangkay ng borage hanggang al dente. Alisan ng tubig ang pasta.

f) Sa isang malaking mixing mangkok, pagsamahin ang pinatuyo na pasta sa nilusang berde sitaw. Timplahan ng langis ng oliba, asin, at paminta ayon sa panlasa.

g) Ikalat ang ricotta krema sa mga serving plato. Idagdag ang pasta at berde sitaw mixture sa ibabaw.

h) Palamutihan ang ulam ng tinadtad na mga raspbaya, mga almendras, at mga bulaklak ng borage.

i) Ihain at tangkilikin ang kasiya-siyang pasta dish na isa na may magagandang lasa ng ricotta, borage, at berde sitaw.

CHRYSANTHEMUMS ENENSALADAA

69.Pulang repolyo na may chrysanthemum s

MGA INGREDIENTS:
- 1 Pulang repolyo, may ubod at manipis
- ¼ tasa ng mantikilya
- 1 sibuyas, hiniwa sa mga singsing
- 2 larges Mansanas, binalatan, tinadtad, hiniwa ng manipis
- 2 kutsarang Yellow chrysanthemum talulots
- 2 kutsarang Brown sugar
- Malamig na tubig
- 4 na kutsarang Red wine vinegar
- Asin sa dagat
- Paminta
- mantikilya
- Mga sariwang talulots ng Chrysanthemum

MGA TAGUBILIN:
a) Blanch ang pulang repolyo sa kumukulong tubig sa loob ng 1 minusa.
b) Patuyuin, i-refresh at itabi. Init ang mantikilya sa isang kawali, ilagay sa mga singsing ng sibuyas, at pawis sa loob ng 4 na minusa, hanggang malambot.
c) Haluin ang mga hiwa ng mansanas at lutuin ng 1 karagdagang minusa.
d) Ilagay ang repolyo sa isang malalim na flame-proof na kaserol na may mahigpit na takip.
e) Paghaluin ang mga talulots ng sibuyas, mansanas, at chrysanthemums, at paikutin ang lahat ng mga sangkap upang maging maayos ang mga isa ng mantikilya.
f) Budburan ang asukal at ibuhos ang tubig at suka. Timplahan nang bahagya.
g) Maglusa sa mahinang apoy, o sa oven sa 325F/170/gas 3 sa loob ng 1½ - 2 oras, hanggang sa lumambot ang repolyo.
h) Bago ihain, magdagdag ng isang magandang knob ng mantikilya at ilang sariwang chrysanthemum talulots.

70. Chrysanthemum at Mandarin Ensalada

MGA INGREDIENTS:
- 2 tasa chrysanthemum talulots, hugasan at tuyo
- 2 mandarin orange, binalatan at pinaghiwa-hiwalay
- 1/4 tasa hiniwang almond, saasted
- 1/4 tasa crumbled feta keso
- 2 kutsarang balsamic vinegar
- 1 kutsarang pulot
- Asin at paminta para lumasa

MGA TAGUBILIN:

a) Sa isang malaking mangkok, pagsamahin ang chrysanthemum talulots, mandarin orange segment, saasted sliced almonds, at crumbled feta keso.

b) Sa isang maliit na mangkok, haluin ang balsamic vinegar, honey, asin, at paminta upang gawin ang Nagbibihis.

c) Ibuhos ang Nagbibihis sa ibabaw ng ensalada at ihagis nang dahan-dahan upang mabalot.

d) Ihain kaagad bilang isang nakakapreskong at makulay na ensalada.

71.Chrysanthemum at Quinoa Ensalada

MGA INGREDIENTS:
- 2 tasa chrysanthemum talulots, hugasan at tuyo
- 1 tasa ng nilusang quinoa, pinalamig
- 1/2 pipino, diced
- 1/2 pulang kampanilya paminta, diced
- 1/4 tasa crumbled keso ng kambing
- 2 kutsarang tinadtad na sariwang mint
- Juice ng 1 limon
- 2 kutsarang langis ng oliba
- Asin at paminta para lumasa

MGA TAGUBILIN:
a) Sa isang malaking mangkok, pagsamahin ang chrysanthemum talulots, lusang quinoa, diced cucumber, diced red bell pepper, crumbled keso ng kambing, at tinadtad na sariwang mint.
b) Sa isang maliit na mangkok, haluin ang limon juice, langis ng oliba, asin, at paminta upang gawin ang Nagbibihis.
c) Ibuhos ang Nagbibihis sa ensalada at ihalo nang malumanay upang pagsamahin.
d) Ihain ang pinalamig o sa temperatura ng kuwarsa bilang isang masustansya at masarap na opsyon sa ensalada.

72. Chrysanthemum at Manok Ensalada

MGA INGREDIENTS:
- 2 tasa chrysanthemum talulots, hugasan at tuyo
- 1 tasang nilusang dibdib ng manok, ginutay-gutay
- 1/2 tasa ng seresa samasaes, hinati
- 1/4 tasa hiniwang pulang sibuyas
- 1/4 tasa ng crumbled blue keso
- 2 kutsarang tinadtad na sariwang perehil
- 2 kutsarang balsamic glaze
- Asin at paminta para lumasa

MGA TAGUBILIN:
a) Sa isang malaking mangkok, pagsamahin ang chrysanthemum talulots, ginutay-gutay na dibdib ng manok, hiniwang seresa samasaes, hiniwang pulang sibuyas, crumbled blue keso, at tinadtad na sariwang perehil.
b) Ibuhos ang balsamic glaze sa ensalada at dahan-dahang ihagis upang mabalot.
c) Timplahan ng asin at paminta ayon sa panlasa.
d) Ihain kaagad bilang isang opsyon na ensalada na puno ng protina.

VIOLAS AT PANSY ENENSALADAA

73. Asparagus Pansy Ensalada

MGA INGREDIENTS:
ASPARAGUS ENSALADA
- 1 bungkos ng asparagus
- 5 labanos, hiniwa ng manipis
- 3 berdeng sibuyas, hiniwang berdeng tuksak lamang
- limon zest mula sa isang limon

LIMON VINAIGRETTE
- ¼ tasa ng limon juice
- 2 kutsarang light olive oil
- 2 kutsarita ng asukal
- Asin at paminta para lumasa

GARNISH
- Mga hiwa ng limon
- Mga organikong dilaw na pansy

MGA TAGUBILIN:
a) Simulan ang kumukulong tubig upang singaw ang asparagus.
b) Maghanda ng isang mangkok ng tubig na yelo upang mabigla ang asparagus kapag isa ay lusa na.
c) I-steam ang asparagus sa loob ng 5 minusa, o hanggang sa lumambot ngunit malusang pa rin.
d) I-shock ang asparagus sa tubig ng yelo at pagkatapos ay gupitin ang asparagus sa 2-pulgadang piraso.

LIMON VINAIGRETTE
e) Pagsamahin ang limon juice at ang asukal at hayaang umupo hanggang matunaw ang asukal.
f) Idagdag ang mantika at timplahan ng asin at paminta ayon sa panlasa.

ASPARAGUS ENSALADA
g) Kung may oras ka, i-marinate ang asparagus sa Nagbibihis sa loob ng 30 minusa.
h) Idagdag ang mga labanos at scallion at ihalo.
i) Palamutihan ng mga hiwa ng limon at sariwang pansy at ihain kaagad.

74. Pansy Arugula Ensalada

MGA INGREDIENTS:
- 6 tasang baby arugula
- 1 mansanas, hiniwa nang napakanipis
- 1 karot
- ¼ pulang sibuyas, hiniwa nang napakanipis
- isang dakot ng sari-saring sariwang damo tulad ng basil, oregano, thyme, dahon lamang
- 2 ounces kremay keso ng kambing, gumamit ng durog na pistachios para sa vegan
- Pansies, inalis ang tangkay

VINAIGRETTE
- ¼ tasa ng dugong orange
- 3 kutsarang langis ng oliba
- 3 kutsarang suka ng champagne
- kakarampot na asin

MGA TAGUBILIN:
a) Pagsamahin ang vinaigrette, i-adjust ang alinman sa mga sangkap sa iyong panlasa.
b) Itambak ang mga gulay sa isang malawak na mangkok ng ensalada.
c) Balatan at ahit ang karot sa manipis na piraso gamit ang isang vegetable peeler.
d) Idagdag sa mga gulay kasama ang mga hiwa ng mansanas, sibuyas, at mga damo.
e) Ihagis ang Nagbibihis at palamutihan ang ensalada na may mga crumble ng keso ng kambing at pansies.
f) Ihain kaagad.

75. Viola at Mixed Berdes Ensalada

MGA INGREDIENTS:
- 4 na tasang pinaghalong ensalada berdes (tulad ng spinach, arugula, at lettuce)
- 1/2 tasa ng mga bulaklak ng Viola, binanlawan at tinuyo
- 1/4 tasa ng seresa samasaes, hinati
- 1/4 tasa ng pipino, hiniwa
- 1/4 tasa pulang sibuyas, hiniwa ng manipis
- 1/4 tasa crumbled feta keso
- 2 kutsarang saasted pine nuts o pecans
- Balsamic vinaigrette Nagbibihis

MGA TAGUBILIN:

a) Sa isang malaking mangkok ng ensalada, pagsamahin ang pinaghalong gulay, bulaklak ng Viola, seresa samasaes, hiwa ng pipino, hiwa ng pulang sibuyas, crumbled feta keso, at saasted pine nuts.

b) Magpahid ng balsamic vinaigrette Nagbibihis at ihagis nang dahan-dahan upang mabalot.

c) Ihain kaagad bilang isang masigla at nakakapreskong ensalada.

76. Viola at Citrus Ensalada

MGA INGREDIENTS:
- 3 tasang dahon ng baby spinach
- 1/2 tasa ng mga bulaklak ng Viola, binanlawan at tinuyo
- 1/4 tasa ng orange na mga segment
- 1/4 tasa ng mga segment ng grapefruit
- 2 kutsarang hiniwang almendras, inihaw
- 2 kutsarang pulot
- Juice ng 1 limon
- Sarap ng 1 limon

MGA TAGUBILIN:
a) Ayusin ang mga dahon ng baby kangkongsa isang serving platter.
b) Ikalat ang mga bulaklak ng Viola, orange na segment, at grapefruit na mga segment sa ibabaw ng mga dahon ng spinach.
c) Budburan ng saasted sliced almonds.
d) Sa isang maliit na mangkok, haluin ang honey, limon juice, at limon zest para gawin ang Nagbibihis.
e) Ibuhos ang Nagbibihis sa ensalada bago ihain.
f) Ihagis nang dahan-dahan upang pagsamahin at tamasahin ang maliliwanag at citrusy na lasa.

77.Viola at Keso ng kambing Ensalada

MGA INGREDIENTS:
- 4 na tasa ng halo-halong ensalada berdes
- 1/2 tasa ng mga bulaklak ng Viola, binanlawan at tinuyo
- 1/4 tasa crumbled keso ng kambing
- 1/4 tasa saasted walnuts, tinadtad
- 1/4 tasa sariwang raspbaya
- 2 kutsarang raspbaya vinegar
- 2 kutsarang extra virgin olive oil
- 1 kutsarita ng Dijon mustard
- Asin at paminta para lumasa

MGA TAGUBILIN:

a) Ilagay ang pinaghalong ensalada berde sa isang malaking mangkok ng ensalada.

b) Ikalat ang mga bulaklak ng Viola, crumbled keso ng kambing, saasted walnuts, at sariwang raspbaya sa mga gulay.

c) Sa isang maliit na garapon na may masikip na takip, pagsamahin ang raspbaya vinegar, olive oil, Dijon mustard, asin, at paminta. Kalugin nang malakas upang ma-emulsify ang Nagbibihis.

d) Ibuhos ang raspbaya vinaigrette sa ensalada bago ihain.

e) Ihagis nang dahan-dahan upang malagyan ng sarsa ang mga sangkap ng ensalada.

f) Ihain kaagad at tikman ang masarap na kumbinasyon ng mga lasa.

78.Berde Ensalada na may Nakakain na Bulaklak

MGA INGREDIENTS:
- 1 kutsarita ng red-wine vinegar
- 1 kutsarita ng Dijon mustard
- 3 kutsarang extra-virgin olive oil
- Magaspang na asin at sariwang giniling na paminta
- 5 ½ ounces malambot na baby ensalada berdes
- 1 pakete ng hindi na-spray na viola o iba pang nakakain na bulaklak

MGA TAGUBILIN:
a) Pagsamahin ang suka at mustasa sa isang mangkok.
b) Dahan-dahang haluin sa mantika, pagkatapos ay timplahan ng asin at paminta.
c) Ihagis ang Nagbibihis na may mga gulay at itaas na may mga bulaklak. Ihain kaagad.

MICROBERDES AT UMUSBONGS ENSALADA S

79. Squash, Microberdes at Quinoa Ensalada

MGA INGREDIENTS:
VEGAN SESAME GARLIC NAGBIBIHIS
- 1 kutsarang Tahini Paste
- 2 kutsarang Olive Oil
- 2 sibuyas ng bawang
- 2 Kutsarang Oregano
- 2 Kutsara Cilantro
- ½ Jalapeno (opsyonal)
- 3 Kutsarang Apple Cider Vinegar
- Asin at paminta para lumasa

INIHAW SQUASH ENSALADA
- 1 Acorn Squash (hiniwa sa mga piraso na kasing laki ng kagat)
- 1 Kutsarang Olive Oil
- 1 kutsarang pulang Chili Flakes
- asin
- ½ tasa ng Microberdes
- ¼ tasa ng Quinoa, nilusa
- asin

MGA TAGUBILIN:
a) Painitin muna ang oven sa 425 degrees F.
b) Ibuhos ang langis ng oliba sa ibabaw ng kalabasa at haluing mabuti, pagkatapos ay ayusin ang kalabasa sa isang layer sa isang baking sheet, panimpla ng asin at sili.
c) Inihaw ang kalabasa sa loob ng 25 minusa.
d) Upang ihanda ang Nagbibihis, ihalo ang lahat ng sangkap sa isang food processor at pulso hanggang makinis.
e) Ilipat ang kalabasa sa isang mangkok ng ensalada kapag malambot na isa. Ihagis ang kalahati ng Nagbibihis na may quinoa. Bago ihain, ihagis ang microberdes at ibuhos ang natitirang Nagbibihis sa ibabaw.

80.Tagsibol Microberdes Ensalada

MGA INGREDIENTS:
ENSALADA:
- 1 tasa ng microberdes na gussa mo
- 1 dugo orange na hiwa sa maliliit na piraso
- 1/2 avocado cubed
- 1/2 tasa ng julienned daikon na labanos
- 1/4 tasa ng mga piraso ng walnut

PAGBIBIHIS:
- 1 Kutsara. malamig na pinindot na langis ng oliba
- 1 Kutsara. limon juice
- 1 clove tinadtad na bawang
- Isang damp ng asin at paminta

MGA TAGUBILIN:
a) Pagsamahin ang lahat ng mga sangkap ng ensalada sa isang malaking mangkok ng paghahalo.
b) Sa isang saradong lalagyan, pagsamahin ang mga sangkap ng Nagbibihis at iling mabuti. Ihagis at ihain!

81.Bahaghari Ensalada

MGA INGREDIENTS:
- 1 (5 oz.) pakete ng butterhead lettuce
- 1 (5 oz.) pakete ng arugula
- 1 (5 oz.) na pakete ng Microberdes
- 1 manipis na hiwa ng pakwan na labanos
- 1 manipis na hiwa ng lila na labanos
- 1 manipis na hiniwang berdeng labanos
- 3 bahaghari karota, na-ahit sa mga ribbons
- 1/2 tasa ng mga snap pea na hiniwang manipis
- 1/4 tasa ng pulang repolyo, ginutay-gutay
- 2 shallots, gupitin sa mga singsing
- 2 dugo dalandan, naka-segment
- 1/2 tasa ng dugong orange juice
- 1/2 tasa ng extra virgin olive oil
- 1 kutsarang red wine vinegar
- 1 kutsarang pinatuyong oregano
- 1 kutsarang pulot
- Asin at paminta para lumasa
- para sa garnish Edible Bulaklaks

MGA TAGUBILIN:
a) Paghaluin ang olive oil, red wine vinegar, at oregano sa isang lalagyan. Idagdag ang shallots at iwanan upang mag-atsara nang hindi bababa sa 2 oras sa counter.
b) Itabi ang mga shallots.
c) Sa isang garapon, haluin ang orange juice, langis ng oliba, pulot, at isang dampi ng asin at paminta hanggang sa makapal at makinis. Timplahan ng asin at paminta ayon sa panlasa.
d) Ihagis ang microberdes, lettuce, at arugula na may humigit-kumulang 1/4 tasa ng vinaigrette sa isang napakalaking mangkok ng paghahalo.
e) Pagsamahin ang kalahati ng mga labanos, karot, gisantes, shallots, at orange na mga segment.
f) Ipunin ang lahat sa isang makulay na pattern.
g) Magdagdag ng dagdag na vinaigrette at nakakain na mga bulaklak upang matapos.

82. Mapait na Ensalada

MGA INGREDIENTS:
PAGBIBIHIS:
- 1/2 tasa ng dugong orange juice
- 1/4 tasa ng maple syrup
- 2 T limon juice

ENSALADA:
- 1 maliit na radicchio, pinunit sa laki
- 1/2 tasa ng manipis na hiniwang lilang repolyo
- 1/4 maliit na pulang sibuyas, pinong tinadtad
- 3 labanos, gupitin sa manipis na hiwa
- 1/2 tasa sariwang hiwa ng Cabbage Microberdes
- 1 T langis ng oliba
- Asin at paminta para lumasa
- 1 dugo orange, binalatan at puting umbok inalis; naka-segment
- 1/3 tasa ng ricotta keso
- 1/4 tasa ng busa ng granada
- 1/4 tasa ng pine nuts, saasted

MGA TAGUBILIN:
a) Para sa Nagbibihis: Sa isang maliit na kasirola, pagsamahin ang lahat ng sangkap at pakuluan.
b) Iwanan upang mabawasan ng 20-25 minusa, o hanggang makakuha ka ng makapal na syrup na humigit-kumulang 4 T. Hayaang lumamig bago ihain.
c) Para sa Ensalada: Sa isang mixing mangkok, pagsamahin ang radicchio, repolyo, sibuyas, labanos, at microberdes.
d) Dahan-dahang ihalo ang langis ng oliba, asin, at paminta. Dot na may maliit na kutsara ng ricotta keso sa isang serving platter.
e) Ibuhos ang dugong orange syrup sa itaas at iwiwisik ang mga pine nuts at mga busa ng granada sa itaas.

83. Ligaw na Bigasat Microberde Ensalada

MGA INGREDIENTS:
- 1/2 cup wild rice, lusa
- 1/2 cup brown long grain rice
- 1/2 tinadtad na tagsibol onion
- 1/2 tinadtad na flat leaf parsley
- 1/2 tinadtad na kulantro
- 1/4 tinadtad na dahon ng isip
- 1/2 tinadtad na dill
- 1 maliit na pulang sibuyas
- 2 kutsarang langis ng oliba
- 1/4 tasa blanched almonds
- 1/4 cup golden raisins, ibinabad sa magdamag
- asin sa dagat, paminta sa panlasa

MGA TAGUBILIN:
a) Maglusa ng sibuyas hanggang sa ginintuang kayumanggi sa langis ng oliba. I-scoop isa sa rice-mixing mangkok.
b) I-saast ang mga almendras at pasas sa parehong kawali at Pagsamahin ang mga isa sa natitirang mga sangkap sa mangkok ng bigas.
c) Idagdag ang lahat ng herbs at kanin at timplahan ng sea salt at pepper at isang squeeze ng limon.

84.Microberdes at Niyebe GisantesEnsalada

MGA INGREDIENTS:
VINAIGRETTE
- 1 1/2 tasa diced strawbaya
- 2 Tbs. puting balsamic vinegar
- 1 tsp. purong maple syrup
- 2 tsp. katas ng kalamansi
- 3 Tbs. langis ng oliba

ENSALADA
- 6 oz. microberdes at/o ensalada berdes
- 12 snow peas, hiniwa nang manipis
- 2 labanos, hiniwa ng manipis
- Hinahati ang mga strawbaya, nakakain na bulaklak, at sariwang sanga ng damo, para sa dekorasyon

MGA TAGUBILIN:
a) Upang gawin ang vinaigrette, haluin ang mga strawbaya, suka, at maple syrup sa isang paghahalo ng pinggan. Salain ang likido at idagdag ang katas ng kalamansi at mantika.
b) Timplahan ng asin at paminta.
c) Upang gawin ang ensalada, pagsamahin ang microberdes, snow peas, labanos, naka-save na strawbaya, at 1/4 cup vinaigrette sa isang malaking mixing mangkok.
d) Magdagdag ng kalahating strawbaya, nakakain na bulaklak, at sariwang sanga ng damo bilang palamuti.

85. Sunbulaklak Umusbong Ensalada

MGA INGREDIENTS:
ENSALADA
- 1 ½ C sunbulaklak umusbongs
- 1 C arugula
- 2 karot, ahit o tinadtad
- 3 labanos na hiniwa ng manipis
- 1 maliit na katamtamang pipino, hiniwa

NAGBIBIHIS
- 2 T sariwang limon juice
- ½ - 1 tsp agave
- ½ tsp Dijon mustasa
- ¼ tsp kosher na asin
- ¼ C langis ng oliba

MGA TAGUBILIN:
a) Pagsamahin ang lahat ng mga gulay.
b) Paghaluin ang lahat ng sangkap ng Nagbibihis.
c) Pagsama-samahin ang lahat!

86.Cashew Krema Sitaw Mangkok

MGA INGREDIENTS:
- ½ tasang hilaw na kasoy, ibinabad sa magdamag
- 2 kutsarang busa ng abaka
- 1 kutsarang nutritional yeast
- ¼ tasa ng plain almond milk
- 2 kalamansi
- 1 tasa ng mga kamatis ng ubas, quartered
- ¼ maliit na pulang sibuyas, pinong tinadtad
- 2 kutsarang sariwang cilantro, tinadtad
- 1 abukado
- 1 lata ng black sitaw, pinatuyo at binanlawan
- ½ kutsarita ng sili na pulbos
- ½ kutsarita ng kumin
- ½ kutsarita ng pinausukang paprika
- ½ kutsarita ng cayenne pepper
- ½ tasang pea shoots o micro berdes
- asin at paminta

MGA TAGUBILIN:
a) Sa isang food processor, pagsamahin ang cashews, hemp seeds, nutritional yeast, almond milk, 1 lime juice, at asin/paminta (sa panlasa). IpRosasso para sa 3-4 minusa sa mataas, o hanggang sa mabuo ang krema.
b) Sa isang mixing dish, pagsamahin ang quartered seresa samasaes, diced red onion, at tinadtad na cilantro. Timplahan ng asin at paminta.
c) I-scoop ang laman ng avocado sa isang maliit na mangkok. Gamit ang isang tinidor, ihalo ang katas mula sa pangalawang kalamansi. Timplahan ng isang kurot ng cayenne pepper at isang kurot ng asin.
d) Init ang black sitaw, chili powder, cumin, at paprika sa isang maliit na sauce pan sa medium-low heat sa loob ng 4-5 minusa.
e) Ilagay ang black sitaw sa dalawang medium-size na serving dish, pagkatapos ay ilagay sa ibabaw ng guacamole, pea shoots, at cashew krema.

87. Mango, Broccoli at Strawbaya Ensalada

MGA INGREDIENTS:
- 1 sariwang mangga, gupitin sa apat na bahagi
- 4 na strawbaya, gupitin sa kalahati
- Tasa ng Fresh Broccoli microberdes
- 3 berdeng olibo

NAGBIBIHIS
- 1 kutsarang seresa wine
- 1 tsp limon brine
- Dash ng celery salt

MGA TAGUBILIN:

a) Ilagay ang broccoli microberdes, strawbaya, mangga, at olives sa isang serving platter.

b) Pagsamahin ang mga sangkap ng Nagbibihis sa isang maliit na lalagyan at ibuhos sa ensalada.

c) Pagsamahin at ihain kaagad.

88.Labanos at Umusbong Ensalada

MGA INGREDIENTS:
- 4 na labanos, hiniwa ng manipis
- 2 maliit na karot, binalatan at hiniwa ng manipis
- 1 tasa ng shelled edamame sitaw
- 3 tasang umusbong, hinugasan at pinatuyo (labanos, alfalfa, sunbulaklak, o anumang iba pang uri)
- 1 kutsarang sariwang dahon ng cilantro
- 1 kutsarang sariwang dahon ng perehil (opsyonal)

NAGBIBIHIS
- 1 1/2 tsp cumin seeds, saasted at giniling
- 1 maliit na sibuyas na bawang, pinindot
- 1 kutsarang apple cider vinegar
- 2 kutsarang extra virgin olive oil
- Asin at sariwang giniling na paminta

MGA TAGUBILIN:
a) Sa isang malaking mixing mangkok, pagsamahin ang mga gulay, edamame, umusbongs, at herbs.
b) I-saast ang mga busa ng cumin sa isang pinainit na kawali sa loob ng 1-2 minusa, o hanggang mabango, pagkatapos ay gilingin ng pino sa isang mortar at pestle o gilingan ng pampalasa.
c) Pagsamahin ang bawang, suka, at mantika sa isang maliit na mangkok. Timplahan ng asin at paminta ayon sa panlasa.
d) Ibuhos ang Nagbibihis sa ensalada at ihain.

89. Mixed Microberdes Ensalada

MGA INGREDIENTS:
- 1 tasa ng mixed microberdes
- Half avocado, binalatan at i-cube
- 1 kutsarang gadgad na karot
- 1 kutsarang inihaw na pine nuts o almond
- 1/2 binalatan na Mandarin o regular na orange

VINAIGRETTE
- 1 kutsarang extra virgin olive oil
- 1 kutsarang sariwang orange juice
- 1 tsp katas ng kalamansi
- Half tsp mustasa
- Asin at paminta para lumasa

MGA TAGUBILIN:
a) Ihagis ang microberdes kasama ang natitirang sangkap ng ensalada sa isang mangkok.
b) Pagsamahin ang lahat ng sangkap ng vinaigrette sa isang malaking mixing mangkok at ibuhos ang ensalada.
c) Dahan-dahang ihalo ang lahat gamit ang iyong mga kamay.
d) Budburan ang mga inihaw na pine nuts o almond sa itaas.

90.Pakwan na may Microberdes Ensalada

MGA INGREDIENTS:
- Isang dakot ng microberdes
- 1 parihabang hiwa ng pakwan
- 2 kutsara ng tinadtad na almendras
- 20g feta keso, gumuho
- 1 1/2 Kutsara ng extra virgin olive oil
- 1 kutsarang balsamic vinegar
- Asin sa panlasa

MGA TAGUBILIN:
a) Ilagay ang iyong pakwan sa isang plasa.
b) Ikalat ang feta keso at almond sa ibabaw ng pakwan.
c) Ibuhos ang extra virgin olive oil at balsamic vinegar sa ibabaw ng mga isa.
d) Idagdag ang microberdes sa itaas.

91.Microberde Tagsibol Ensalada

MGA INGREDIENTS:
- 2 kutsarang asin
- 1 dakot na pea shoot microberdes
- 1/2 tasa fava sitaw, blanched
- 4 na karot, maliit na diced, blanched
- 1 dakot na Pak Choi microberdes
- 1 dakot na Wasabi Mustard microberdes
- 1 kurot na amaranth microberdes
- 4 na labanos, hiniwa sa manipis na mga barya
- 1 tasa ng mga gisantes, blanched
- Asin at paminta para lumasa

CARROT-GIGER NAGBIBIHIS
- 1 pulgadang luya, binalatan at hiniwa ng barya
- 1/4 tasa ng rice wine vinegar
- 1/2 tasa ng tubig
- 1 kutsarang sayo
- 1 kutsarang mayonesa
- Kosher asin at itim na paminta sa panlasa

MGA TAGUBILIN:
a) Sa isang mixing mangkok, pagsamahin ang microberdes, labanos, karota, peas, at fava sitaw. Timplahan ng kaunting asin at paminta.

b) Ilagay ang luya, 1/2 cup na nakalaan na karota, rice wine vinegar, at tubig sa isang blender at timpla hanggang makinis.

c) Ihalo ang sayo at mayonesa pagkatapos alisin sa blender at ilagay sa isang mangkok. Timplahan ng asin at paminta ayon sa panlasa kung kinakailangan.

d) Ihagis ang ensalada na may sapat na Nagbibihis upang bahagyang matakpan ang mga gulay at gulay bago ihain.

92. Microberdes at Radish Ensalada

MGA INGREDIENTS:
- 1 pakete ng microberdes
- 6 na labanos, hinati o hiniwa
- 2 kutsarang katas ng kalamansi
- 1/8 tsp dry mustard powder
- 1/4 tsp asin
- 4 na kutsarang langis ng oliba
- magaspang na asin sa dagat, sa panlasa
- ground pepper, sa panlasa

MGA TAGUBILIN:
a) Ihagis ang mga microberde at labanos sa isang serving mangkok at palamigin hanggang handa nang ihain.
b) Pagsamahin ang natitirang mga sangkap sa isang mangkok ng paghahalo, takpan, at palamig hanggang handa na ihain.
c) Bago ihain, bahagyang ihagis ang ensalada na may Nagbibihis at timplahan ng sea salt at sariwang giniling na paminta.

93.Baya at Arugula Ensalada

MGA INGREDIENTS:
- 3 1/2 tasa ng micro arugula
- 1 tasang blackbaya
- 2 kutsarang pine nuts
- 1 tainga na pulang mais, putulin ang cob
- 1/2 bungkos puting asparagus
- 2 kutsarang extra virgin olive oil
- 1 kutsarang red wine vinegar
- 1 clove ng bawang, pinindot
- 2 kutsarang tinadtad na caper berries
- 1 1/2 tablespoons ng mint, pinong tinadtad
- asin sa dagat
- itim na paminta

MGA TAGUBILIN:

a) Pagsamahin ang olive oil, red wine vinegar, mint, bawang, tinadtad na caper berries, at isang dampi ng asin sa isang maliit na mixing dish.

b) Banayad na balutin ang asparagus sa langis ng oliba at painitin sa katamtamang init sa isang grill pan.

c) Magdagdag ng kaunting asin at paminta sa panlasa. Gupitin ang bawat piraso sa kalahating pulgadang piraso.

d) Sa isang malaking mixing mangkok, pagsamahin ang microberdes, corn, asparagus, blackberries, at pine nuts para gawin ang ensalada.

e) Ihagis ang ensalada Nagbibihis.

f) Ihain kaagad!

94. Strawbaya Microberde Ensalada

MGA INGREDIENTS:
- 3 tasang organic microberdes
- 1 tasang hiniwang strawbaya

STRAWBAYA NAGBIBIHIS
- 6 na strawbaya
- 1 kutsarang balsamic vinegar
- 1 kutsarita raw honey
- 2 kutsarang langis ng oliba
- Dash ng asin at paminta
- ¼ tasa tinadtad na candied walnuts

MGA TAGUBILIN:

a) Pagsamahin ang microberdes, strawbaya, at Nagbibihis sa isang malaking mixing mangkok.

b) Pagwiwisik ng mga walnut sa itaas.

95.Microberde Quinoa Ensalada

MGA INGREDIENTS:
PARA SA ENSALADA:
- 1 tasang lusang quinoa
- 1 tasang heirloom samasaes ay hinati
- 1/2 tasa Kalamata olives pitted
- 2 1/2 kutsarang berdeng sibuyas na hiniwa nang manipis
- 1 onsa na nilusang black sitaw
- 1/2 abukado hiwa sa maliit na mga parisukat
- 2 tasang micro berdes

PARA SA PAGBIBIBIS:
- 2 cloves malaking bawang
- 1/4 tasa ng red wine vinegar
- 1/4 tasa sariwang dahon ng basil
- 1 tsp kosher na asin
- 1 tsp itim na paminta
- 1/2 tasa ng langis ng oliba

MGA TAGUBILIN:
a) Sa isang food processor, pagsamahin ang red wine vinegar, bawang, basil, asin, at paminta.
b) Pulse sa mataas na bilis habang dahan-dahang idinagdag ang langis hanggang sa emulsified.
c) Ihagis ang mga sangkap ng ensalada na may dalawang kutsarang Nagbibihis. Kung ninanais, magdagdag ng karagdagang Nagbibihis.
d) Ihain kaagad o ilagay sa refrigerasar hanggang handa nang gamitin.

96.Bahaghari Beet at Pistachio Ensalada

MGA INGREDIENTS:
- 2 maliit na bungkos na bahaghari beets, pinusal
- Canola oil para sa beets

BASIL LIMON OLIVE OIL:
- 2 tasang maluwag na naka-pack na basil
- kaunting 1/4 tasa ng langis ng oliba
- 1/2 juice ng limon
- kurot ng kosher salt
- 1 kutsarang tinadtad na Pistachios
- 1 tasa ng Micro Berdes
- Citrus Herb Salt – opsyonal

MGA TAGUBILIN:

a) Ihagis ang mga beet na may 1-2 kutsarang langis ng canola hanggang sa malumanay isang mabalot.

b) Ilagay ang mga beet sa isang rimmed baking sheet, takpan ng foil, at inihaw sa grill sa loob ng 30-45 minusa, o hanggang lumambot at maging browned.

c) Alisin ang mga balat mula sa mga beets at itapon ang mga isa.

d) Upang gawin ang basil olive oil, ihalo ang lahat ng sangkap sa isang blender hanggang makinis.

e) Magpahid ng kaunting basil olive oil sa ilalim ng dalawang maliliit na plasa.

f) Sa bawat plasa, ikalat ang kaunting micro berdes, kalahati ng beets, citrus herb salt, at pistachios.

g) Ilagay ang natitirang micro berdes sa ibabaw ng bawat plasa.

97.Mga gulay at Farro

MGA INGREDIENTS:
- 2 karot, binalatan at hiniwa
- 2 parsnips, binalatan at hiniwa
- 8 ounces Brussels umusbongs, pinusal
- 1/4 tasa ng langis ng oliba, hinati
- 1/4 kutsarita ng asin, hinati
- 1/4 kutsarita ng itim na paminta, hinati
- 1 tasa farro, tuyo
- 1 kutsarang apple cider vinegar
- 2 kutsarita ng Dijon mustard
- 1/4 tasa ng pecan, halos tinadtad
- 1/4 tasa ng mga pasas

MGA TAGUBILIN:
a) Painitin ang oven sa 400 degrees Fahrenheit.
b) Ihagis ang mga karot, parsnip, at Brussels umusbongs na may 2 kutsarang langis ng oliba, 1/8 kutsarita ng asin, at 1/8 kutsarita na paminta sa isang oiled baking pan.
c) Inihaw sa loob ng 20-25 minusa, hanggang malusa at malusang ang mga gilid, baligtarin ang kalahati.
d) Ang Farro ay dapat na lutuin ayon sa mga rekomendasyon sa pakete.
e) Pagsamahin ang natitirang 2 kutsarang langis ng oliba, ang natitirang 1/8 kutsarita ng asin, ang natitirang 1/8 kutsarita ng paminta, ang cider vinegar, at ang Dijon mustard sa isang maliit na ulam.
f) I-saast ang mga pecan sa isang dry sauté pan sa katamtamang init hanggang mabango, mga 2-3 minusa.
g) Pagsamahin ang mga inihaw na gulay, nilusang farro, Nagbibihis, saasted walnut, at mga pasas sa isang malaking mixing mangkok.

98. Quinoa Arugula Ensalada

MGA INGREDIENTS:
- 1 tasa ng quinoa
- 3 kutsarang limon juice
- 3 kutsarang langis ng oliba
- 1/4 kutsarita ng paminta
- 1/8 kutsarita ng asin
- 2 tasa ng pakwan, gupitin sa maliliit na cubes
- 2 tasang baby arugula
- 1 tasa ng seresa samasaes, hatiin
- 1/4 tasa sariwang mint, halos tinadtad
- 2 tablespoons walnuts, halos tinadtad

MGA TAGUBILIN:
a) Sundin ang mga tagubilin sa pakete para sa paglulusa ng quinoa. Hayaang lumamig sa temperatura ng silid bago ihain.
b) Sa isang maliit na ulam, haluin ang limon juice, langis ng oliba, paminta, at asin at itabi.
c) Pagsamahin ang pinalamig na quinoa, pakwan, arugula, seresa samasaes, mint, walnuts, at Nagbibihis sa isang malaking mixing dish.
d) Pagsama-samahin ang lahat, ihain, at magsaya!

99.Mixed Berde Ensalada na may Beets

MGA INGREDIENTS:
- 2 medium beets, trimmed ang mga tuksak
- 2 kutsarang calcium-fortified orange katas
- 1 1/2 kutsarita ng pulot
- 1/8 kutsarita ng asin
- 1/8 kutsarita ng itim na paminta
- 1/4 tasa ng langis ng oliba
- 2 kutsarang hilaw, hinukay na busa ng mirasol
- 1 orange, gupitin sa mga segment
- 3 tasang naka-pack na pinaghalong ensalada berdes
- 1/4cup na pinababang taba na feta keso, gumuho

MGA TAGUBILIN:
a) Sa isang medium na kasirola, takpan ang mga beets ng tubig. Pakuluan, pagkatapos ay ibaba sa mahinang apoy.
b) Maglusa ng 20-30 minusa, o hanggang malambot ang tinidor, natakpan. Ang mga beet ay dapat na pinatuyo.
c) Kapag ang mga beet ay sapat na upang mahawakan, alisan ng balat ang mga isa sa ilalim ng tubig na tumatakbo at gupitin ang mga isa sa mga wedge.
d) Samantala, haluin ang orange juice, honey, bawang, asin, at paminta sa isang garapon.
e) Iling ang langis ng oliba hanggang sa makinis ang Nagbibihis. Alisin sa equation.
f) Sa isang maliit na kawali, matunaw ang mantikilya sa medium-low heat.
g) Sa isang tuyong igisa na kawali, i-saast ang mga busa ng sunbulaklak sa loob ng 2-3 minusa, o hanggang mabango.
h) Ihagis ang mga beets, sunbulaklak seeds, orange segment, mixed berdes, at feta keso sa isang malaking serving mangkok.
i) Ihain na may kasamang ambon .

100. Brussels Umusbong Ensalada

MGA INGREDIENTS:
- 1 tasang tuyong bulgur
- 8 ounces Brussels umusbongs
- 1 granada
- 1 peras, diced
- 1/4 tasa ng mga walnut, halos tinadtad
- 1 medium shallot, tinadtad
- 2 kutsarang langis ng oliba
- 2 kutsarang balsamic vinegar
- 1/8 kutsarita ng asin
- 1/8 kutsarita ng paminta
- Hilaw na Brussels Umusbong Ensalada

MGA TAGUBILIN:

a) Pagsamahin ang 2 tasang malamig na tubig at tuyong bulgur sa isang maliit na kawali. Pakuluan, pagkatapos ay bawasan sa mababang init at haluin paminsan-minsan.

b) Pakuluan ng 12-15 minusa, o hanggang malambot ang bulgur. Ang anumang labis na likido ay dapat na pinatuyo at itabi upang lumamig.

c) Putulin ang mga tangkay at alisin ang anumang matigas o tuyo na dahon mula sa Brussels umusbongs.

d) Gupitin ang Brussels umusbongs sa kalahati mula sa itaas hanggang sa ibaba, alisin ang tangkay. Ilagay ang mga Brussels umusbongs na pinusal sa gilid at simulan ang paghiwa ng manipis mula sa itaas hanggang sa ibaba upang gupitin ang mga isa.

e) Sa isang malaking mixing mangkok, dahan-dahang ihagis ang Brussel umusbongs hanggang sa masira ang mga layer, pagkatapos ay itabi.

f) Alisin ang mga busa mula sa granada.

g) Kapag namarkahan na ang granada, i-twist isa upang hatiin isa sa kalahati at maingat na alisan ng balat ang balat upang alisin ang mga busa. Hawakan ang hiwa na bahagi ng granada sa isang mangkok at hampasin ang likod nisa ng kahoy na kutsara hanggang sa malaglag ang lahat ng busa.

h) Ihagis ang Brussels umusbongs na may mga busa ng granada, mga walnuts, at peras. Ihagis ang bulgur gamit ang isang tinidor at ihain kasama ang ensalada.

i) Pagsamahin ang shallot, langis, suka, asin, at paminta sa isang hiwalay na maliit na mangkok.

j) Ihagis ang ensalada sa Nagbibihis upang ihalo. Maglingkod at Mag-enjoy!

KONGKLUSYON

Sa pagtatapos namin sa aming paglalakbay sa mundo ng mga kapangyarihan ng bulaklak ensalada, inaasahan kong nabigyang-inspirasyon ka ng aklat ng pagluluto na isa na yakapin ang kagandahan at lasa ng mga nakakain na bulaklak sa sarili mong kusina. Ang "Mula sa Talulot sa Plato: Kapangyarihan ng bulaklak Enensaladaa" ay ginawa na may hilig sa pagdiriwang ng natural na bounty ng hardin at paggamit ng nakapagpapalusog na kapangyarihan ng mga sariwa at napapanahong sangkap.

Salamat sa pagsama sa akin sa culinary adventure na isa. Nawa'y mapuno ang iyong kusina ng makulay na mga kulay at pinong lasa ng mga nakakain na bulaklak, at nawa'y ang bawat kagat ng iyong mga kapangyarihan ng bulaklak ensalada ay maging isang pagdiriwang ng kalusugan, sigla, at kagandahan ng kalikasan.

Hanggang sa muli nating pagkikita, maligayang paggawa ng ensalada at nawa'y patuloy na mamulaklak ang iyong mga culinary creations sa masarap at masustansyang kasiyahan!

www.ingramcontent.com/pod-product-compliance
Lightning Source LLC
Chambersburg PA
CBHW050149130526
44591CB00033B/1219